D1771503

நாஞ்சில் நாட்டு வெள்ளாளர் வாழ்க்கை

நாஞ்சில் நாட்டு வெள்ளாளர் வாழ்க்கை
நாஞ்சில் நாடன் (பி.1947)

நாஞ்சில் நாடன் (க. சுப்பிரமணியம்) குமரி மாவட்டத்திலுள்ள வீரநாராயணமங்கலம் என்ற ஊரைச் சேர்ந்தவர். தலைகீழ் விகிதங்கள் (1977) என்ற தம் முதல் நாவல் மூலம் இலக்கிய உலகில் பிரபலமானவர். இவருடைய ஆறு நாவல்கள், ஐந்து சிறுகதைத் தொகுதிகள், ஒரு கவிதைத் தொகுதி வெளிவந்திருக்கின்றன.

நாஞ்சில் நாட்டு வெள்ளாளர்களின் வாழ்வையும் தாழ்வையும் விவரிக்கும் நாஞ்சில் நாடன் கிராமீய வாழ்வின் மீது புனிதம் ஏதும் ஏற்றவில்லை. இழந்துபோன கிராமீயத்தின் நிலையையும் தமது ஏக்கங்களையும் அவர் சுதந்திரமாக மறுபரிசீலனை செய்கிறார்.

இளமைப் பருவத்தைத் தம் சொந்தக் கிராமத்திலும் பதினெட்டு ஆண்டுகள் மும்பையிலும் கழித்த நாஞ்சில் நாடன் தற்போது தம் மனைவி, மகள், மகனுடன் கோவையில் வசித்து வருகிறார்.

ஆசிரியரின் பிற நூல்கள்

நாவல்கள்

- தலைகீழ் விகிதங்கள் (1977)
- என்பிலதனை வெயில் காயும் (1979)
- மாமிசப் படைப்பு (1981)
- மிதவை (1986)
- சதுரங்கக் குதிரை (1993)
- எட்டுத் திக்கும் மதயானை (1998)
- Against All Odds (எட்டுத் திக்கும் மதயானை -English Translation) (2009)

சிறுகதைகள்

- நாஞ்சில் நாடன் கதைகள் (2004)
  1. தெய்வங்கள் ஓநாய்கள் ஆடுகள் (1981)
  2. வாக்குப் பொறுக்கிகள் (1985)
  3. உப்பு (1990)
  4. பேய்க்கொட்டு (1994)
  5. பிராந்து (2002)
  ஆகிய தொகுப்புகளின் தொகை
- முத்துக்கள் பத்து (தேர்ந்தெடுத்தவை) (2007)
- சூடிய பூ சூடற்க (2007)
- கான்சாகிப் (2010)
- நாஞ்சில் நாடன் சிறுகதைகள் (தேர்ந்தெடுத்தவை) (2011)
- சாலப்பரிந்து . . . (தேர்ந்தெடுக்கப்பட்ட சிறுகதைகள்) (2012)

கவிதைகள்

- மண்ணுள்ளிப்பாம்பு (2001)
- பச்சை நாயகி (2010)

கட்டுரைகள்

- நஞ்சென்றும் அமுதென்றும் ஒன்று (2003)
- நதியின் பிழையன்று நறும்புனல் இன்மை (2006)
- காவலன் காவான் எனின் (2008)
- தீதும் நன்றும் (2009)
- திகம்பரம் (2010)
- பனுவல் போற்றுதும் (2011)
- கம்பனின் அம்பறாத்தூணி (2013)
- சிற்றிலக்கியங்கள் (2013)
- எப்படிப் பாடுவேனோ! (2014)

மொழிபெயர்ப்பு

- Against All Odds (எட்டுத்திக்கும் மதயானை - ஆங்கிலத்தில்) (2009)

நாஞ்சில் நாடன்

நாஞ்சில் நாட்டு வெள்ளாளர் வாழ்க்கை
காலம் நிகழ்த்திய மாற்றங்கள்

காலச்சுவடு பதிப்பகம்

அன்பார்ந்த வாசகருக்கு,

வணக்கம்.

காலச்சுவடு நூலை வாங்கியமைக்கு நன்றி.

நூலின் உள்ளடக்கம், உருவாக்கம், அட்டைப்படம் இன்ன பிற அம்சங்கள் பற்றிய உங்கள் கருத்துகளையும் ஆலோசனைகளையும் காலச்சுவடு வரவேற்கிறது. தகவல், எழுத்து, வாக்கியப் பிழைகள் தென்பட்டால் கட்டாயம் தெரிவித்து உதவுங்கள். நூல் தயாரிப்பில் கடும் குறைபாடு இருப்பின் மாற்றுப் பிரதி உங்களுக்குக் கிடைக்கக் காலச்சுவடு ஏற்பாடு செய்யும்.

மின்னஞ்சல்: publisher@kalachuvadu.com

காலச்சுவடு நாகர்கோவில் தலைமையகத்துக்கும் கடிதம் அனுப்பலாம்.

தங்கள்
எஸ்.ஆர். சுந்தரம் *(கண்ணன்)*
பதிப்பாளர் — நிர்வாக இயக்குநர்

நாஞ்சில் நாட்டு வெள்ளாளர் வாழ்க்கை (காலம் நிகழ்த்திய மாற்றங்கள்) ❖ கட்டுரைகள் ❖ ஆசிரியர்: நாஞ்சில் நாடன் ❖ ©நாஞ்சில் நாடன் ❖ காலச்சுவடு முதல் பதிப்பு: நவம்பர் 2003, பன்னிரண்டாம் பதிப்பு: ஜூலை 2023 ❖ வெளியீடு: காலச்சுவடு பப்ளிகேஷன்ஸ் (பி) லிட்., 669, கே.பி. சாலை, நாகர்கோவில் 629001 ❖ முன்னட்டை உட்பக்க கோட்டோவியங்கள்: ஜீவா

Naanjil Naattu Vellalar Vaazhkai (kaalam Nikazhthiya Maatangal) ❖ Ethnography of Vellalars of Nanjilnadu, Kanyakumari District ❖ Author: Nanjil Nadan ❖ © Nanjil Nadan ❖ Language: Tamil ❖ Kalachuvadu First Edition: November 2003, Twelth Edition: July 2023 ❖ Size: Demy 1 x 8 ❖ Paper: 18.6 kg maplitho ❖ Pages:128

Published by Kalachuvadu Publications Pvt. Ltd., 669 K.P. Road, Nagercoil 629001, India ❖ Phone: 91-4652-278525 ❖ e-mail: publications@kalachuvadu.com ❖ Printed at: Adyar Students xerox Pvt. Ltd., No. 275 Habibullah Road, Triplicane high Road, Opp Triplicane Post Office, Triplicane, Chennai 600005

ISBN: 978-81-87477-55-6

07/2023/S.No. 105, kcp 4623, 18.6 (12) uss

அண்ணாச்சி
நெல்லை கண்ணனுக்கு

நன்றி

1997இல் பாம்பன்விளை முகாமில் வாசிக்கவென நாஞ்சில் நாட்டு வெள்ளாளர் பற்றிய கட்டுரை எழுத என்னைத் தூண்டியவர் 'காலச்சுவடு' கண்ணன். அவருக்கே அலுத்துப் போனபோது நான் இந்தக் கட்டுரையை எழுத ஆரம்பித்தேன். தலைப்புக்கொடுத்தபோது பொருத்தமாக இருப்பதாகச் சொன்னார் சுந்தர ராமசாமி. அன்று நான் வாசித்த கட்டுரை கையெழுத்தில் 23 பக்கங்கள் இருந்தன. பின்பு 1998இல் 'காலச்சுவடு' அதை வெளியிட விரும்பியபோது, சிறு மாற்றங்கள் செய்து தருவதாக ஒப்புக்கொண்டேன். சிறு மாற்றங்கள் என்பன கையெழுத்தில் 50 பக்கங்கள் ஆயின. அதன் சற்றே சுருங்கிய வடிவம் அக்டோபர் – டிசம்பர் 1998 'காலச்சுவடு' இதழில் வெளியானது. ஒரு நாவலுக்கு நான் பெற்றிராத வரவேற்பை அந்தக் கட்டுரை பெற்றது எனில் அது புனைவல்ல. அதைச் சிறு நூலாக வெளியிட 'காலச்சுவடு பதிப்பகம்' முன்னுரிமை கோரிய போது எனக்கு மறுபடியும் கட்டுரையை விரிவு செய்வது அவசியம் என்று தோன்றியது. திருத்திய வடிவம்தான் தற்போது உங்கள் கையில் இருப்பது. ஆனால் இதுவே முற்றான வடிவம் அல்ல. என்னைப் பொறுத்தவரை இது 'நாயர் பிடித்த புலிவால்'. இரண்டாம் பதிப்பு வரும்போது மறுபடியும் இதைக் கையிலெடுக்க வேண்டும் – உங்கள் எல்லோருடைய திருத்தங்களுடனும் தகவல்களுடனும். கண்ணனின் தூண்டுதல்தான் ஒவ்வொரு கட்டத்திலும் எனக்கிதைச் சாத்தியம் ஆக்கியுள்ளது. அவருக்கு என் உளமார்ந்த நன்றி.

எப்போதும்போல இதன் முதற்படிகளை வாசித்துக் கருத்துக்கள் சொன்ன நண்பர், வழக்கறிஞர், ஓவியர் ஜீவா இதற்குக் கோட்டோவியங்கள் வரைந்துள்ளார். அவருக்கு என் நன்றி.

பேராசிரியர் தே. வேலப்பன், நான் கல்லூரியில் படித்த காலையிலேயே எனக்குப் பேராசிரியர், காந்தீயவாதி, எளிமை யானவர், சமூகவியல் ஆய்வாளர். அவர் இந்தச் சிறு நூலுக்கு முன்னுரை தர இசைந்தது எனக்குப் பெருமை.

இந்தக் கட்டுரையை நான் எழுதிவரும் காலை, எனக்கு ஆலோசனை வழங்கியவர்கள்: வீரநாராயணமங்கலம் நினைவில் வாழும் சு. நாகலிங்கம் பிள்ளை, ஆசிரியர் சி. சிவசுப்பிரமணிய பிள்ளை, முனைவர் ம. பத்மநாபன், கவிஞர் பாபன், பெ. முத்தையாபிள்ளை, நீ. இலட்சுமணன் பிள்ளை; மற்றும் சென்னை நா. அருணாசலம்; திருவனந்தபுரம் பேராசிரியர் வ. விநாயகப்பெருமாள், ஆ. மாதவன்; நாகர்கோவில் முனைவர் அ.கா. பெருமாள், முனைவர் எம். வேதசகாயகுமார்; திருப்பதிசாரம் எம். சிவசுப்ரமணியம், சு. கோலப்பபிள்ளை ஆகியோர்.

இவர்கள் அனைவருக்கும் என் மனப்பூர்வமான நன்றி

1.10.2003 **நாஞ்சில் நாடன்**

பொருளடக்கம்

முன்னுரை	13
முன்முகம்	17
நாஞ்சில் நாட்டின் கிடப்பு	19
வெள்ளாளக் குடிகள்	22
ஊர் அமைப்புகள்	30
விவசாயமும் தொழிலும்	35
வெள்ளாளர் கல்வியும் இளைஞர்களும்	48
வழிபாடுகளும் சடங்குகளும்	52
கலை ஈடுபாடுகள்	68
வெள்ளாளர் தாமும் பிறரும்	76
அரசியலில் அன்று இருந்த பங்கும் இன்றைய அவலமும்	86
நாஞ்சில் நாட்டுப் பெண்கள்	94
உணவுப் பழக்கங்களும் பிறவும்	104
நாஞ்சில் நாட்டு மொழி	113
விடைமுகம்	117
பின்னிணைப்பு	119

முன்னுரை

இது சற்று வித்தியாசமானதொரு நூல். ஆற்றல் மிக்க கதாசிரியர் ஒருவரின் – அவர் ஒரு கவிஞருங்கூட – ஆய்வுக்கட்டுரை இது. நாஞ்சில் நாட்டுக்காரர்களின் ஆசாபாசங்களை அவற்றின் நெளிவு சுளிவுகளைத் – தமது கதைப் பொருள்களாக, வியத்தகு முறையில் படைத்துத் தந்துகொண்டிருக்கும் நமது நாஞ்சில்நாடன் அந்த நாட்டுக்காரர்களின் நிகழ்காலச் சமூக வரலாற்றை அலசி ஆராய்கிறார், தமக்குக் கைவந்த "அந்த" மொழி நடையிலேயே இந்நூலில்.

நாஞ்சில் நாட்டு வெள்ளாளர் சமுதாய வரலாறு தொடர்பான ஆய்வுக்கே ஒரு வரலாறு இருக்கிறது. 'மலபார் ரிவியூ' இதழில் 1909இல் கவிமணி எழுதிய ஓர் ஆங்கிலக்கட்டுரை அதன் தொடக்கம். அடுத்து, 1916இல் 'தமிழன்' இதழ்களில் அவர் எழுதி வெளியிட்டு வந்த 'நாஞ்சில் நாட்டு மருமக்கள் வழி மான்மியம்' ஒரு சமுதாயத் திருப்பத்திற்குத் தூண்டுகோலாகவே இருந்தது. பின்னர், நாஞ்சில் நாட்டார் மொழியியல் பற்றி, சடங்குகள் பற்றி, வாழ்வியல் நம்பிக்கைகள் பற்றி, பழக்கவழக்கங்கள் பற்றி, முனைவர் பட்ட ஆய்வுகள் பல உள்நாட்டிலும் வெளிநாடுகளிலும் மேற்கொள்ளப்பட்டிருக்கின்றன. ஒரு கவிஞர் அன்று தொடங்கி வைத்த, அவ்வளவு பழமையும் வளமையும் உடைய, அந்த ஆய்வில், இன்று ஈடுபட்டிருப்பவரும் ஒரு அசல் கலைஞர் – புதுக்கவிஞர்.

"முன்னர் நாடு திகழ்ந்த பெருமையும் மூண்டிருக்கும் இந்நாளின் நிகழ்ச்சியும்" பத்துக்கும் மேற்பட்ட தலைப்புக்களில் பகுத்தாயப் பட்டிருக்கின்றன இந்நூலில். வெள்ளாளர் வகைப்பாடு, அவர்கள் பொருள் செயல்வகை, சமய வாழ்க்கை, கலை ஈடுபாடுகள், அரசியல் தழுவல்கள், பிறசமுதாய உறவுகள், உணவுப்பழக்கங்கள், வழங்கு மொழிக்கூறுகள், பெண்கள் மற்றும் இளைஞர் நிலைகள் ஆகியவற்றின் சமீபகாலப் பரிணாம மாற்றங்கள் பட்டியல்படுத்தப்பட்டுள்ளன.

நூல் அறியத்தரும் குறிப்பிடத்தக்க மாற்றங்கள் 'வழிச் சுத்தம் தேடிப் பிடிக்க வேண்டிய ஒன்றாயிற்று', 'சிறுதெய்வ வழிபாடுகள்

கேலிப் பொருட்கள் ஆகிவிட்டன', 'நலிவுக்கு ஆளானபிறகும் இந்தச் சமுதாயத்தில் ஒற்றுமை என்பது கிடையாது', 'தமிழ்நாட்டு அரசியல் சூழலில் வெள்ளாளர்கள் எந்தச் செல்வாக்கும் இல்லாமல் போனார்கள்', 'மற்று எல்லா வகுப்பினரையும் போலவே இவர்களும் சுயம் மறந்து வருகிறார்கள்', 'நாஞ்சில் மொழிக்கு நேர்ந்திருக்கும் கதி துயரமும் சோர்வும் தருவது'', "கண்டாங்கி சுற்றிய வெள்ளாடிச்சிகள் கண்களில் கனாக்குறிகள் கூட அற்று, வீடுகாத்துக் கிடக்கிறார்கள்".

மாற்றங்கள் குறிப்பிடப்படும்போது, அவற்றின் பின்புலமும் நன்றாகவே தெளிவுப்படுத்தப்படுகிறது. மொழியறிவு, இசையறிவு, சிறுதெய்வப் பிடிப்பு எல்லாம் அற்றுப் போவதற்கு முதன்மையான காரணம் திராவிட இயக்கத்தின் தாக்கம். "புலம் பெயராத்தன்மை காரணமாகவும் வறட்டுப் பெருமை பேசித்திரிந்தமை காரணமாகவும் முயற்றின்மை காரணமாகவும் வேகமாக அவர்கள் பிறபட்டுப் போய்க் கொண்டிருக்கிறார்கள்". மேலும், "வியாபாரம் பற்றிய நீக்குப்போக்கு அவர்களுக்குத் தெரியவில்லை". "ஒன்றில்லாவிட்டால் இன்னொன்று என்கிற எதிர்நீச்சல் அவர்களிடம் குறைவாக இருக்கிறது."

ஆக, ஒரு சமுதாயத்தில் நிகழ்ந்தேறியுள்ள மாற்றங்களையும் அவற்றின் பின்னணியையும் தருகிற ஒரு வெள்ளை அறிக்கை மட்டும் தானா இந்நூல்?

இல்லை; நிச்சயமாக இல்லை. இது பயன்பாடுமிக்குள்ள ஒரு படைப்பிலக்கியம்.

நாஞ்சில்நாட்டு வெள்ளாளர்களின் வாழ்வியல் களஞ்சியம் இந்நூல். அவர்களின் பயிர்த்தொழில் கால அட்டவணை மற்றும் தொழில்சார் கலைச் சொற்கள் தொடக்கம், உணவுத் தயாரிப்புக்கள் மற்றும் கை மருந்துகள் வரை, இடையே வழங்கு பழமொழிகளும் புழங்கு உரையாடல்களுமாக எதுவும் விட்டுப்போகாமல் அத்தனை விவரங்களையும் ஓர் ஆய்வு மாணவனுக்குத் தந்துநிற்கிற ஒரு கையேடு இது.

'துடுப்புக்குழி', 'படிப்புரை' 'நாள்வித்துப் பிடித்தல்', 'நல்லப்பம் ஏரடித்தல்', 'தாலிப்பெருக்கு', 'திருமாங்கலியக்காடி', 'மேசை அலங்காரம்', 'கம்பராமாயண வாசிப்பு', 'ராப்பாடி', 'தர்ப்பைப்புல்', 'திருநீற்று முட்டம்', 'ஒரு பொழுது இருத்தல்' முதலிய காலப்போக்கில் மறைந்து கொண்டிருப்பவை பற்றிய குறிப்புக்கள் ஒரு எழுபது தாண்டிய (என் போன்ற) நாஞ்சில் நாட்டானை நிச்சயமாகச் சப்புக்கொட்ட வைக்கும்.

நூலின் நடையிலும் ஒரு நாஞ்சில் நாட்டுத்தனம் – சூடும் சுவையும் விரவிக்கிடக்கும் அந்த நாஞ்சில் நாடன் நடை, சித்திரை மாசப் பிறப்பு அவலில் தேங்காய், சர்க்கரை, பேயன்பழம் சேர்த்துப் பிசைவது போலக் கலந்து கிடக்கிறது. சான்றுக்கு ஒன்று. "ஏழை வெள்ளாளன் ஆம்பிளைப்பிள்ளையின் தொப்புள்கொடியை அறுப்பதாக எண்ணி, ஆண்குறியை அறுத்துக்கொண்டிருக்கிறான். டாக்டர், இன்ஜினியர், இன்ஃபோஸிஸ், விப்ரோ, பேங்க், அரசு ஊழிய மாப்பிள்ளைகளின்

குறிகளுக்குத் தங்கப்பூண் கேட்கும் காலம் அதிக தூரத்தில் இல்லை." (முன்னொரு காலத்தில், மனைவியின் தலைப்பிரசவம் தொடர்பாகச் சட்டிபானை தொடும்போது மாப்பிள்ளை தனது இடுப்புக்குத் தங்க அரைஞாண் செய்து தருமாறு மாமனாரிடம் கேட்கும் வழக்கம் இருந்திருக்கிறது.)

நாஞ்சில் நாடன் ஊட்டும் சுவையுள்ள அந்தச் சூடே – நேற்றையும் இன்றையும் பற்றிய அந்த விமரிசனம் – சமுதாயத்தின் நாளையைப் பற்றிய அவருடைய ஆதங்கத்தை – கரிசனத்தைப் படிப்பவர் முன்வைக்கிறது. இறந்த காலத்தைச் சுட்டி நிகழ்காலத்தைக் காட்டியிருப்பதன் நோக்கம், அந்த வரைபடம் வருங்காலத்தைக் கட்டிநிறுவ உதவும் என்பதுதான்.

"முழுமையாகச் சொல்லப்போனால், இன்றைய நாட்டார் வெவ்வேறு இனங்களுக்கு இடையேயுள்ள போராட்டத்தினின்று விலகியுள்ளனர். அவர்கள் இப்பொழுது விழித்துக்கொள்ளவில்லையென்றால், தங்கள் சமுதாயத்தை உயர்த்திக்கொள்ளவில்லையென்றால், நிச்சயம் அவர்கள் அருகேயுள்ள சுவரில்தான் சென்று முட்டிக் கொள்ளவேண்டும்" என்பது கவிமணியின் 'மலபார் ரிவியூ' ஆங்கிலக் கட்டுரையின் முடிப்புரை. நூறாண்டுகளுக்குப் பின் இன்று நாஞ்சில் நாடனும் "தன்னம்பிக்கை அற்ற, நோக்கத்தெளிவற்ற அல்லது நோக்கமேயற்ற, முயற்சி அற்ற, கடும் உழைப்பு அற்ற, பழமையில் மரியாதையும், புதுமை எதுவென்று பிரித்தறிகிற ஆற்றலும் அற்ற இந்தச் சமூகம் நேற்றைச் சுமந்துகொண்டு நாளையை நோக்கி நகர பிரயத்தனப்படுகிறது" என்று முடிக்கிறார்.

ஒரு சமுதாயம் ஒரு நூற்றாண்டாகத் தொடர்ந்து முடங்கிக் கிடக்கிற தென்றால், அந்த இடைக்காலத்தில் அப்படி என்னதான் நடந்து விட்டது?

1947இல் இந்தியநாடு விடுதலை ஈட்டியது; தொடர்ந்து 1956இல், நாஞ்சில்நாட்டுப் பகுதி தமிழ்நாட்டின் பகுதியாக அத்துடன் இணைக்கப்பட்டது. இந்திய விடுதலைப்போரில் இவ்வெள்ளாளரின் பங்குபணி (1956க்குப் பின்) மறக்கப்பட்டுக்கொண்டிருக்கிறதெனில், தமிழ்நாட்டுடன் இணைப்புப் போராட்டத்தில் இவர்கள் பங்காற்றல், திட்டமிட்டு மறைக்கப்பட்டுக்கொண்டிருக்கிறது. சுதந்திர இந்தியா, தொழில் சார்ந்த பொருளாதார வளர்ச்சியையும் சமத்துவ சமுதாய மொன்றையும் காண்பதற்கான வழிமுறைகளை வகுத்துக்கொண்டு செயற்பட்டுவருகிறது. இந்த வழிமுறைகள், நாடெங்கும் வடக்கு தெற்கு பேதமின்றி எல்லா மாநிலங்களிலுமே வேளாண்குடிகளையும் முற்(படுத்தப்)பட்ட சமுதாயங்களையும் பாதிக்காத வகையில் செயற் படுத்தப்பட்டுவருகின்றன என்று நிச்சயமாகச் சொல்ல முடியாது. மேலும், அவை மேற்கத்திய அளவீடுகளை, நகர்சார் மதிப்பீடுகளைச் சிலாகிப்பவைகளாக, நாட்டின் ஆகமொத்தப் பண்பாட்டு வேர்களைப் பிடுங்கி மிதித்துக்கொண்டிருக்கின்றன என்பதுவும் மறக்கற்பால தன்று.

போக்குவழியே இல்லையா?.

"வழி என்பது பிறர் காட்டுவதல்ல; தானே கண்டடைவது" என்கிறது நூலின் இறுதிச் சொற்றொடர்.

வளைந்த முட்டுக்களுடன், அரைப் பட்டினியோடு ஒரு சிறுகழி மற்றும் துணிமூட்டையுடன் கப்பலிலிருந்து இறங்கும் ஐரிஷ்காரன், அமெரிக்கா வழங்கும் உரிமைச்சூழலில் நிமிர்ந்து, வீரநடைபோடுவதை விவேகானந்தர் சுட்டிக்காட்டுவதில் புலம்பெயர்வதற்குரிய வாய்ப்பைப் பயன்படுத்திக்கொண்டு ஒரு சமுதாயம் முன்னேறுவதற்குரிய ஒருவழி புலப்படத்தான் செய்கிறது. ஆனால் துணிமூட்டையுடன் புலம்பெயர்கிற காலம் மலையேறிவிட்டது. தொழிற்பயிற்சியும் மேலுயர்படிப்புமுள்ள வெள்ளாளர்கள் அமெரிக்காவில், பிரிட்டனில், அரபு நாட்டில் குறுந்தொழிலதிபர்களாகக் கூட இருக்கத்தான் செய்கிறார்கள். அதே நேரத்தில், சொந்த இடத்தில் தடைக்கற்கள் இருக்கும் சூழ்நிலையில் 'உண்டோ குரங்கேற்றுக் கொள்ளாத கொம்பு' எனப் பிற மாவட்டங்களுக்கும் மாநிலங்களுக்குங்கூடப் புலம்பெயரலாமே! தெற்கு நெல்லைவட்ட ரெட்டியார்கள், சிறுசிறு குழுக்களாகச் சேர்ந்து கொண்டு, தென்னாடெங்கும் உணவு விடுதித் தொழிலில் பரிமாறுபவர்களாகப் பணியாற்றுவதற்கு மாதக்கூலியும் போட்ட முதலுக்கு வட்டியும் பெறுபவர்களாகக் கொடிகட்டிப் பறக்கிறார்களே! நாஞ்சில் நாட்டு மேலப்புத்தேரி வெள்ளாளர்கள் தமக்குள்ளே பங்குத் தொகை திரட்டி, ஓர் அறக்கட்டளை அமைத்து, ஊராரின் தொட்டில் முதல் சுடுகாடு வரையிலான பாதுகாப்புக்கு ஏற்பாடு செய்திருக்கிறார்களே! குலசேகரபுரத்தில் ஓய்வு பெற்ற ஒரு மேஜர் ஊரில் எண்ணற்ற இளைஞர்களுக்கு ராணுவத்தில் வேலை தேடிக்கொடுத்திருக்கிறாரே . . !

மான்மியம் கதாநாயகி கூவுவாளே, "நாஞ்சில் நாட்டில் நல்ல ஆண் பிள்ளை இல்லாததால் இப்படி யாச்சுது" என்று; இன்றும் அந்த நிலை தொடர்கிறதோ?

கவிமணி ஒரு 'மான்மியம்' படைத்தார் – நாஞ்சில் நாட்டு வெள்ளாளர் சமுதாயம் ஒரு திருப்பங்கண்டது. சமுதாயத்தை மற்றொரு திருப்பத் துக்குச் சித்தப்படுத்துவது நாஞ்சில் நாடனின் இந்த 'இரண்டாம் மான்மியம்.'

சமுதாயத்தின் மூத்த தலைமுறையைச் சப்புக்கொட்ட வைத்து, அடுத்த தலைமுறையைச் சிந்திக்க வைத்து, இளைய தலை முறையைச் சீண்டிவிட்டு, அனைவரையும் செயற்படத் தூண்டியுள்ள நாஞ்சில் நாடனை வருகிற தலைமுறைகளும் நன்றியுணர்வுடன், நிச்சயமாக நினைத்துப் போற்றிக்கொண்டிருக்கும்!

இரவிபுதூர் **தே. வேலப்பன்**
5.10.03

முன்முகம்

இது சமூகவியல் ஆய்வாளன் ஒருவனின் அடங்கல்கள் அல்ல. ஒரு படைப்பிலக்கியவாதியின் பதிவுகள் மட்டுமே. இந்தக் கட்டுரையை எழுதிவரும்போது ஆய்வுக்குண்டான நிறையப் பகுதிகள் உட்பொதிந்து இருப்பது எனக்குப் புலப்பட்டுக்கொண்டிருந்தது. ஆனால் விரிவான ஆய்வு எனது இயங்குதளம் அல்ல என்பதால், சில கோடுகளையே காட்ட முடிந்திருக்கிறது. ஒரு களஆய்வு செய்வதற்குரிய வாழ்க்கை அமைப்பையும் நான் மேற்கொண்டிருக்கவில்லை. உண்மையில் வாசிக்க விரும்பிய, முனைந்திருந்தால் வாசித்திருக்கக் கூடிய சில புத்தகங்களைக் கூட வாசிக்க இயலவில்லை என்பது எனது வருத்தம். என்செய? தாய்ப்பாலின் விலை மாதம் சில ஆயிரங்கள்!

எனவே எனது பதிவுகளில் உண்மைகள் சற்றுத் துல்லியக் குறைவு கொண்டவையாக இருக்கலாம்; இருக்கும். இதில் தென்படக்கூடிய குறைபாடுகள் நீங்கிய, கள ஆய்வுகளும் விவரணைகளும் கொண்ட, முழுமையான ஆய்வு எதிர்காலத்தில் நடைபெறுவதற்கு இந்தக் கட்டுரையும் பார்வை நூலாக அமையலாம்.

பனை உயரம் மண்ணுக்குக் கீழே இருந்து முளைத்த நான், பிறப்பால் நாஞ்சில் நாட்டு வெள்ளாளன். வெள்ளாளன் எனும் சொல் எந்தக் காலத்திலும் எனக்கோர் கவசமோ குண்டலங்களோ அல்ல. மாறாக வாகாக அடிவாங்கும் ஒரு மர்ம ஸ்தானம். ஆனாலும் அதிகமாக அறிந்த, பெரும்பாலும் எனது படைப்புக் களில் கையாண்ட சமூகம் இது.

எனவே நாஞ்சில் நாட்டு வெள்ளாளருக்கு எதிரான படைப்புக்களைச் செய்பவன் என்றும் அவர்தம் காலாவதியான பெருமைகளைத் தாங்கிப் பிடிப்பவன் என்றும் இரண்டு முரண்பட்ட குற்றச்சாட்டுகள் என்மீது உண்டு. சற்றுத் தீவிரமான கண்ணோட்டத்தில் வெள்ளாளத் துரோகி என்றும் வெள்ளாளச் சாதி வெறியன் என்றும் கூட முகம் கூடியதுண்டு. ஆனால் மேற்சொன்ன இரண்டும் இல்லை நான். யாருடைய

சாயத்தையும் பூசி, அடைப்பத்தையும் தாங்கி நடப்பவனும் இல்லை. பெர்ட்டோல்ட் பிரெக்ட் சொல்வதைப்போல் 'நீங்கள் தேடுவது யாராக இருந்தாலும் அது நானில்லை.' ஒரு படைப்பிலக்கியவாதி நிரூபணங்களுக்கு நேரம் செலவிட இயலாதவன். மேலும் காய்த்த மரம் கல்லெறிபடும்.

சம்பந்தமில்லாத மூன்றாவது ஆளாக விலகி நின்று இந்தக் கட்டுரையை எழுத முற்பட்டிருக்கிறேன். எனது மனச்சாய்வு இதில் ஏதும் புலப்பட்டால், அது மொத்தமாய் மனிதனின் உழற்சிகளில் நான் கொள்ளும் மனச்சாய்வுதானே தவிர, சாதி சார்ந்தது அல்ல.

இதை நான் எழுதி முடித்தபிறகே, பல பகுதிகளில் இன்னும் விரிவாகவும் ஆழமாகவும் பயணம் செய்திருக்க வேண்டும் என்ற உணர்வு ஏற்படுகிறது. நிறைவு எப்போதும் பங்கப்பட்டதாக இருக்கும் உணர்வே எனது எல்லாப் படைப்புகளிலும் எனக்கு ஏற்படுவது.

மாறுபட்ட செய்திகள் வேறுவேறு தலைப்புக்களின் கீழ் வந்து சிக்கிக்கொண்டிருப்பதும் எனக்குப் புலனாகிறது. அதுவும் எனது தொழில் நுட்பத்தின் குறைபாடுதான்.

எது எப்படியானாலும் பந்தயத்தில் வெல்வதல்ல எனது நோக்கம். எனக்குப் புலப்பட்டதை, சரியென நான் நம்புவதைப் பதிவு செய்வது. இவை யாவும் அத்தகைய பதிவுகள் மட்டுமே என்பதை உணர்ந்து கொள்வது எனக்கு மகிழ்ச்சி அளிக்கும்.

நாஞ்சில் நாடன்

நாஞ்சில் நாட்டின் கிடப்பு

நாஞ்சில் என்ற பெயர் சங்க காலத்திலிருந்தே வழங்கி வந்ததாக அறிகிறோம். புறநானூற்றில், 'உயர் சிமைய உழாஅ நாஞ்சிற் பொருந' என்று வருவதாகச் சொல்கிறார்கள். அதன் பொருள், உயர்ந்த சிகரத்தை உடைய, உழுதல் செய்யாத நாஞ்சில். அதாவது நாஞ்சில் மலை என்பதாகும். நாஞ்சில் மலையை எல்லையாகக் கொண்ட அல்லது நாஞ்சில் மலையைத் தன்னகத்தே கொண்ட நாடு, நாஞ்சில் நாடு என வழங்கப் பெற்றிருக்கலாம். ஆனால் புறநானூற்று நாஞ்சில் நாடென்பது இன்று இருக்கின்ற நாஞ்சில் நாடா அல்லது 'பஃறுளியாற்றுடன் பன்மலை அடுக்கத்துக் குமரிக்கோடும் கொடுங்கடல் கொள்ள' என்று பேசப்பட்ட, கடல் கொண்டுபோன நாடா என்பது நமக்குத் தெரியாது.

குறத்தியறை எனும் ஊரைத் தலைநகராகக் கொண்டு 'நாஞ்சில் குறவன்' எனும் குறுநில மன்னன் ஆட்சி செய்ததாகவும்

நாஞ்சில் நாட்டு வெள்ளாளர் வாழ்க்கை

நாஞ்சில் நாடு என்று அவன் ஆட்சிக்கு உட்பட்ட பிரதேசம் வழங்கப்பட்டதாகவும் கர்ண பரம்பரைச் செய்தி ஒன்று கூறுகிறது.

நாஞ்சில் பொருநன் எனும் வள்ளுவன் ஆண்ட பிரதேசம் என்றும் சொல்கிறார்கள். வள்ளுவர் என்பார் 'கொட்டு' அடிக்கக் கூடிய வகுப்பினராக நாஞ்சில் நாட்டில் இன்றும் வாழ்கிறார்கள்.

நாஞ்சில் நாட்டின் கிழக்கு எல்லையாக இருக்கும் ஆரல்வாய் மொழியை அடுத்து நெடுஞ்சாலையில் இன்று முப்பந்தரம் என்றும் முப்பந்தல் என்றும் வழங்கப்படும் இடம் இருக்கிறது. ஆனால் அதைச் சுற்றிய ஊர் அமைப்பு இன்று இல்லை. அன்று இருந்ததற்கான தடயங்களும் இல்லை. இந்த இடத்தில்தான் ஔவையார் எனும் பெண்பாற்புலவர், பாரிமகளிர் அங்கவை – சங்கவை என்பவர்களுக்கு மூவேந்தர் தலைமையில், மூன்று வேந்தர்களுக்கும் மூன்று பந்தல்கள் அமைத்து, வரவேற்று, திருமணம் நடத்தினார் என்று செவி வழிச்செய்தி கூறுகிறது. முப்பந்தலில் இன்று பிரதானமான இசக்கியம்மன் கோயில்கள் இரண்டு சிறப்பாக வழிபடப்பட்டு வருகின்றன. நாகர்கோவில் – திருநெல்வேலி நெடுஞ்சாலையில் பயணம் போகிறவர்கள் முப்பந்தல் இசக்கியம்மனிடம் உத்தரவு வாங்கிக்கொள்வதுண்டு.

ஆரல்வாய்மொழிக்கு மேற்கே, தோவாளை, செண்பகராமன்பு தூர், மாதவலாயம், தாழக்குடி போகும் பாதையை அடுத்து, தோவாளைக் கால்வாயை ஒட்டி, சந்தைவிளைக்கு முன்பாக ஔவையாரம்மன் கோயில் இருக்கிறது. ஆடிமாத செவ்வாய்க் கிழமைகளில் நாஞ்சில் நாட்டு மக்கள் வில்வண்டிகள், கூண்டு வண்டிகள், சக்கடா வண்டிகளில் கூட்டங் கூட்டமாக வந்து கூழும் கொழுக்கட்டையும் அவித்து ஔவையாருக்குப் படைத்து வழிபாடுகள் செய்து வருகிறார்கள். கன்னியாகுமரி மாவட்டத்தின் மேற்குப் பகுதியான தக்கலை, பத்மநாபபுரம் போன்ற ஊர்களி லிருந்து மலையாள 'குறுப்பு' சமூகத்தினர் இந்தக் கோயிலுக்கு வழக்கமாக வருகிறார்கள்.

நாஞ்சில் நாட்டில் மட்டுமே ஔவைக்கு மூன்று கோயில்கள் இன்றும் இருக்கின்றன என டாக்டர். எஸ். பத்மநாபன் அவர்களின் ஆய்வுக் கட்டுரை ஒன்று அறிவிக்கிறது. அழகியபாண்டிபுரத்தை அடுத்த குறத்தியறை எனும் ஊரின் மலைச்சரிவில் குடைவரைக் கோயில் ஒன்றுள்ளது என்பதும் அங்கு மாய்ந்த நிலையில் புடைப்புச் சிற்பமாக ஔவையாரம்மன் இருக்கிறாள் என்பதும் கூழும் கொழுக்கட்டையும் படைத்து மக்கள் வழிபடுகிறார்கள் என்பதும் முப்பந்தலில் ஔவையாரம்மனுக்குக் கோயில் உள்ளது என்பதும் அவர் தரும் தகவல்கள். தாழக்குடியை அடுத்து சந்தைவிளை பக்கம் இருக்கும் ஔவையாருக்கு நெல்லியடி ஔவை என்று பெயர் என்பதும் அங்கிருந்துதான் விண்ணுலகு எய்தினாள் என்பதும் கூடுதல் தகவல்கள்.

ஆண்பாலாருக்கும் பெண்பாலாருக்கும் ஔவையார் என்று பெயர் சூட்டிய மரபு நாஞ்சில் நாட்டில் இன்னும் இருக்கிறது.

நாஞ்சில் நாட்டின் வடக்குப் பகுதியில், ஈசாந்திமங்கலத்துக்கும் துவரங்காடு என்ற ஊருக்கும் இடையில் வரகுணபாண்டி மங்கலம் என்று ஓர் ஊர் இருந்ததாகவும், 'வறட்டு மலைக் காற்றடித்து வாரிக்கொண்டுபோக' என்று துன்பப்பட்டதோர் சந்தர்ப்பத்தில் ஔவையார் இட்ட சாபத்தால் அந்த ஊர் அழிந்து விட்டது என்றும் ஒரு செய்தி வழங்கப்படுகிறது.

மனோன்மணீயம் சுந்தரம்பிள்ளை அவர்கள் 'வஞ்சி நாடதனில் நன்செய் நாடெனச் செந்தமிழ் வழங்கும் தேயமொன்றுள்ளது' என்று சேரநாட்டுக்கு உட்பட்ட பிரதேசமாக நாஞ்சில் நாடு இருந்ததாகச் சொல்கிறார். மேலும், 'உழுபடைக் கொழுமுனை தொடு முனம் கூசி உடல் குழைந்து எங்கும் உலப்பறு செல்வம் பயிர் மயிர் சிலிர்த்துப் பல்வளம் நல்குவள்' என்று நாஞ்சில் நாட்டுச் செழிப்பைச் சொல்கிறார். 'நாஞ்சில்' என்ற சொல்லுக்குக் கலப்பை எனும் பொருளும் உண்டு. சுந்தரம் பிள்ளையின் காலம் மிகச் சமீபமான காலமாதலால் அவர் சொல்லும் நாஞ்சில் நாடு, தற்போது வழங்கப் பெறும் நாடு என்று கொள்வதில் தப்பில்லை.

கிழக்கே ஆரல்வாய்மொழிக் கோட்டைக்கும், மேற்கே பன்றி வாய்க்காலுக்கும், தெற்கே மணக்குடிக்கும், வடக்கே மங்கலம் எனப்படும் குலசேகரத்துக்கும் இடைப்பட்ட பூமி என நாஞ்சில் நாட்டைச் சொல்வார்கள். உத்தேசமாகச் சொன்னாலும் இன்று நாஞ்சில் நாடு என்று வழங்கப்பெறுவது கன்னியாகுமரி மாவட்டத்தின் வடகிழக்கே அமைந்த தோவாளைத் தாலுகாவும் அகஸ்தீஸ்வரம் தாலுகாவின் சில பகுதிகளுமே ஆகும். பிற மாவட்ட அரசியல், கலை, இலக்கிய ஆய்வாளர்கள் கருதுவதுபோல, மொத்த கன்னியாகுமரி மாவட்டமுமே நாஞ்சில் நாடு எனக்கொள்வது சரியானது அல்ல.

வடக்குமலையில் உற்பத்தியாகி, நாஞ்சில் நாடு முழுக்க நெடு நீளமாய்ப் பாயும் ஆறு பழையாறு. பழையாற்றின் கிளையாறுகளாகப் பிரியும் ஆறுகள் அனந்தன் ஆறு, தேரேகால், நாஞ்சில் நாடு புத்தனாறு, தோவாளைக் கால்வாய் முதலியன. இவை பெரும்பாலும் திருவிதாங்கூர் மன்னர்கள் காலத்தில் வெட்டப்பட்டவை. இந்த ஆறுகள் பாய்ந்து நிரப்பும் குளங்கள் ஏராளம். எல்லாக் குளங்களுக்கும் அரசுப் பதிவேடுகளில் பெயர்கள் உண்டு. மன்னராட்சி மாய்ந்த பின்பு ஒரு ஆறு அல்லது குளம் வெட்டப்பட்டத் தடயம் இல்லை.

வடக்கிலும் வடகிழக்கிலும் வடமேற்கிலும் மலைகள் சூழ்ந்து மேற்கில் நிலப்பகுதியும் தெற்கில் கடல் சூழ்ந்த பகுதியும் ஆன செழிப்பான நிலத்துண்டு நாஞ்சில்நாடு எனக்கொள்ளலாம்.

வெள்ளாளக் குடிகள்

நாஞ்சில் நாட்டுப் பிரதானக் குடிகளாகக் கருதப்படுகிறவர்கள் வெள்ளாளர்களும் சாம்பவர்களும். சாணார் என்று அழைக்கப்பட்ட நாடார் குடியேற்றங்கள் பின்னாளில் அமைந்தன. அந்நாட்டு வெள்ளாளர்கள் அனைவரும் தமிழகத்தின் பிற பகுதிகளிலிருந்து பல நூற்றாண்டுகளுக்கு முன்பு வந்து குடியேறியவர்கள் என்று பேராசிரியர் வையாபுரிப்பிள்ளை கருதுகிறார். அது ஆய்வுக்குரியது.

மருமக்கள் வழி வெள்ளாளர் என அழைக்கப்படும் பிரிவினர் பூர்வ குடிகளாகவும் மக்கள் வழி வெள்ளாளர் பாண்டியநாட்டிலிருந்து வந்து குடியேறியவர் என்றும் கருத வலுவான சமூகக் காரணங்கள் உண்டு. 'வந்தெட்டி, வரத்தெட்டி' என்றொரு பிரயோகம், நாஞ்சில் நாட்டு வெள்ளாளர்களிடையே மக்கள் வழியைக் குறிக்க இன்றும் வழக்கில் உள்ளது. பிறபகுதிகளிலிருந்து வந்து குடியேறியவர்கள் என்பது இதன் பொருள்.

நாஞ்சில்நாட்டு வெள்ளாளர்கள் மூன்று பிரிவுகளாகப் பிரிந்து நின்றார்கள். மருமக்கள் வழியினர், மக்கள் வழியினர், சைவர் என்பன அவை. சைவர் மிகவும் சொற்பமான தொகையினர். பிராம்மணர்கள் இல்லாத ஊர்களில் சைவர்கள் குடி அமர்த்தப்பட்டதாகத் தெரிகிறது. அங்கிருந்த வெள்ளாளருக்குப் புரோகிதம் செய்ய, திருநெல்வேலி, மதுரை போன்ற பகுதிகளிலிருந்து மன்னர்களால்

வரவழைக்கப்பட்டவர்கள் அவர்கள். அவர்களுக்காக என குலசேகரன்புதூர் பக்கத்தில் 'குருக்கள்மடம்' எனும் ஊர் மானியமாக வழங்கப்பட்டது. பிள்ளையார்கோயில், அம்மன் கோயில் பூசனைகள், வெள்ளாளர் திருமணச்சடங்கு, கருமாதி, ஆண்டு அடியந்திரம் போன்றவை செய்து வந்தனர். பின்னர் இந்த வழக்கம் அருகிப் போயிற்று என்றும் அது பிராம்மணர் கைக்கு மாறிற்று என்றும் தெரிகிறது.

திருமணச் சடங்குகளிலும் சாவுச் சடங்குகளிலும் வைத்தியன் என்றும் நாசுவன் என்றும் குடிமகன் என்றும் அழைக்கப்பட்ட நாவித சமூகத்தினருக்கு முக்கியப் பங்கு இருந்தது. திருமணத்தின் போது பெண்ணுக்கோ மாப்பிள்ளைக்கோ காப்புக்கட்டுவது தாய்மாமன் என்றால், காப்பு அறுப்பது குடிமகன். திருமணத்துக்கு முன்பு குடிமகன் மணமகனுக்கு சர்வாங்க சவரம் செய்துவிடுவது அவனது ஆணுறுப்பைப் பரிசோதிக்கும் முகாந்திரம் என்று ஒரு பெரியவர் சொன்னார். அதற்கான மரியாதையாக வேட்டி முண்டும் தட்சிணையும் மணமகன் குடிமகனுக்குத் தர வேண்டும். எவரும் இறந்து விட்டால் பாடை கட்டுவது முதல் கொள்ளிக்குடம் உடைப்பது வரைக்கும் குடிமகனின் மேற்பார்வையில் நடந்தது. நாஞ்சில் நாட்டில் 'வெட்டியான்' என்றொரு சாதி கிடையாது. எரிக்கும் குழிகளை வெள்ளாளர்களே துப்புரவு செய்தார்கள் அல்லது புதிதாகத் தோண்டினார்கள். மொத்த சமுதாயத்துக்கும் ஊருக்கு ஒரு குழிதான். பிணம் எரிந்து முடியும்வரை குடிமகனுடன் திடமான இரண்டு வெள்ளாளர்களும் இருப்பார்கள். மறுநாள் 'காடாத்து'. அன்று எரிந்து தணிந்த குழியில் தண்ணீர் விட்டுக் குளிர்வித்து, அஸ்தி பொறுக்கி, தலைவாழை இலையில் காலெலும்பு, கையெலும்பு, இடுப்பெலும்பு, மாரெலும்பு, மண்டை ஓட்டெலும்புகள் எனத் தோராயமாக அடுக்கி, அஸ்திக்கு எண்ணெய் வைத்து, களபம், சந்தனம், தயிர், பால், இளநீர், தேன், பன்னீர் அபிஷேகம் செய்து, தேங்காய் பழம் வெற்றிலை பாக்கு வைத்து, சூடம் சாம்பிராணி காட்டி தீபாராதனை செய்பவன் குடிமகன். கடலில் அல்லது ஆற்றில் கரைக்க ஒழுங்கு செய்து கொடுப்பவனும், 'கல்லெடுப்பு' என்று சொல்லப்படும் பதினாறு அடியந்திரத்துக்கு, கல்லுக்குழியில் புதிய சட்டியில் அரிசி பருப்பு காய்கறிகள் போட்டுச் சமைத்து, பிண்டம் வைத்து வழிபட்டு, பிண்டங்கரைக்க ஒழுங்கு செய்பவனும் அவன்தான். வெகு பிற்காலத்தில்தான் இதற்கொப்பான சடங்குகளை ஐயர் மூலம் வீட்டிலேயே செய்யும் ஏற்பாடு வந்தது.

இப்போது பெரும்பாலான வெள்ளாளக் கிராமங்களில் புரோகிதம் செய்யவும் குறிப்பாக இழவுச் சடங்குகள் செய்யவும் பிராம்மணர்களும் குடிமகன்களும் வண்ணார் குடிகளும் அருகிப் போய்விட்டனர். தேடிப் பிடித்து ஆள்கொணர வேண்டியிருக்கிறது.

வீடுகட்டிப் பால்காய்ச்சும்போது கணபதி ஹோமம் செய்யவும் கல்யாண மந்திரம் சொல்லி நடத்தி வைக்கவும் பெண் சமைந்த சடங்கின்போது பூப்புப் புனித நீராட்டவும் சிவனடி சேர்ந்தவர்களுக்குப் பதினாறு அடியந்திரம் அன்று மைந்தர்களுக்கு இடதுபக்கம் பூணூல் அணிவித்து நீத்தார் கடன் செய்விக்கவும் கோயில் பூசை செய்யவுமான சகல தொழில்களுக்கும் ஒருவரேயான ஐயரைத் தேடித் தேடிக் கால் சலித்துப் போகிறது இன்று.

ஈமக்கடனுக்கு மொட்டை அடித்துத்தான் தீரவேண்டுமெனில் முடி திருத்தகங்களுக்குப் போக நேரும் காலம் வெகு தூரத்தில் இல்லை. ஈமக்கடன் செய்யும், கொள்ளிக்குடம் உடைக்கும், தலை மொட்டை அடிக்கும் தலைமூத்தபிள்ளை தூராதொலைவிலிருந்து வந்து சேர்ந்த பின்பும் நாவிதனுக்கு அலையும் நெருக்கடி இன்று அனைத்து கிராமங்களிலும் சாவுகளின்போது காணலாம்.

சைவர்களில் தாழக்குடி எனும் ஊரில் காணியாளர் என்றொரு பிரிவு, சில குடும்பங்கள் உள்ளனர். சுசீந்திரம், கன்னியாகுமரி, பூதப்பாண்டி, புத்தேரி, குருக்கள்மடம் ஆகிய ஊர்களில் சைவர்கள் அதிகமாக இருந்தனர்.

ஆரம்பத்தில் எல்லோரும் ஒரே வகையான வெள்ளாளர்களாகத்தான் இருந்தனர் என்றும், அவர்கள் தங்கள் பூர்வீக தேசங்களுக்குப் போய்விடாதபடி, சேர மன்னர்களில் ஒருவன் மருமக்கள் தாயச் சட்டத்தை மேற்கொள்ளும்படி செய்தான் என்றும் பழம் செய்தி ஒன்றை, கவிமணி தேசிகவிநாயகம் பிள்ளை 1917இல் எழுதிய 'மருமக்கள் வழி மான்மியம்' என்ற கவிதை நூலுக்கு 1942இல் முன்னுரை எழுதிய பேராசிரியர் வையாபுரிப்பிள்ளை குறிப்பிடுகின்றார். மேலும் நாஞ்சில் நாட்டு வெள்ளாளர் எப்பொழுதும் தாயகமாகிய சோழ பாண்டிய நாட்டிலுள்ள வெள்ளாளர்களுடைய பழக்கவழக்கங்களையும் கொள்வினை கொடுப்பினைகளையும் தெய்வ வழிபாடுகளையும் கொண்டிருந்தனர் என்றும் குறிப்பிடுகின்றார்.

மருமக்கட்தாயம் என்ற திருவிதாங்கூர் சமஸ்தான மரபின் சீர்திருத்தச் சட்டம் 1926–ம் ஆண்டில் நிறைவேறி அமலுக்கு வந்தாலும் நாஞ்சில்நாட்டு வெள்ளாளரில் பெரும் பகுதியினர் மருமக்கள்வழி வெள்ளாளர் என்ற பெயரில் அடையாளம் காட்டப்பட்டனர்.

இந்தப் பகுப்புக்கள் தவிர, பண்பாட்டு ரீதியாகச் சில அற்பமான வேறுபாடுகள் உண்டு. மக்கட்தொகை அடிப்படையில் கணக்கிட்டால் மருமக்கள் வழி, மக்கள் வழி, சொற்பமாக சைவ வெள்ளாளர் என்ற வரிசையில் அது அமையும். எல்லா ஊர்களிலும் எல்லோரும் கலந்துதான் வாழ்ந்தனர்.

திருமணச்சடங்கின்போது மருமக்கள்வழி வெள்ளாளர்கள், மணமகனுக்கு முறையும் பாத்தியதையும் உடையவர்கள் 'உருமால் கட்டு' என்று, மாப்பிள்ளைச் சடங்கின்போது சிறு பட்டுத்துண்டு ஒன்றைத் தலையில் தலைப்பாகை போலக் கட்டுவார்கள். பின்னர் பட்டு விலை கூடிப்போனதால் அது ஃபுல்வாயில் துண்டாக மாறியும் போயிற்று.

எனக்குத் தெரிந்து மற்ற எல்லாவிதச் சடங்குகள், வழிபாடுகள், உணவுப் பழக்கங்கள், முறைகள், மனோபாவங்களில் பெரிய வேறுபாடுகள் இல்லை. ஒன்றைக் குறிப்பிடலாம். நிலவுடைமை அடிப்படையில் மருமக்கள் வழியினர், மக்கள் வழியினரை விடச் செல்வந்தர்களாக இருந்தனர். 'மூத்த பிள்ளை' என்ற திருவிதாங்கூர் மன்னர்கள் வழங்கிய பட்டம் அவர்களுக்குத்தான் இருந்தது. மலையாளிகளைப்போல குடும்பத்தில் மூத்த, பொறுப்புள்ள ஆண்மகனைக் 'காரணவர்' என்றும் 'காரணப்பாடு' என்றும் அழைத்தனர். மக்கள் வழியினர் பிற்காலத்தில் சுயமுயற்சியால் அற்ப நிலங்கள் அடைந்ததாகத் தெரிகிறது.

ஒரே ஊரில், அடுத்தடுத்த வீதிகளிலும் வீடுகளிலும் வாழ்ந்து கொண்டிருந்த காரணத்தால் ஒரு வழியினர் மற்ற வழியினரை 'அம்மாச்சா' என்றும் 'மயினி' என்றும் 'மக்கா' என்றும் 'மருமகனே' என்றும் 'மாப்பிளே' என்றும் முறைபோட்டு விளித்துக்கொண்டு நெருக்கமாக வாழ்ந்துகொண்டிருந்தனர். ஆனால் கொள்வினை கொடுப்பினை இல்லாமல் இருந்தது. பொருளாதார நிலை காரணமாக, தங்க உருப்படி, நிலம், கல்யாணச் செலவுகள் காரணமாக, மக்கள் வழிக்காரன் மருமக்கள் வழியில் பெண்கொடுக்க முடியாத நிலையில் இருந்தான். பெண் எடுப்பதற்கும் மனத்தடை இருந்தது. சாதாரணமாக மக்கள் வழிக்காரன் வீடுகளில் கேட்க நேரிடும் உரையாடல்களைக் கவனியுங்கள்.

"அவனா? அவன் மருமக்கவழியிலேல்லா பொண்ணு எடுத்திருக்கான்."

"காசு நெறய வேணும்ணா மருமக்க வழியிலதான் பொண்ணு பாக்கணும்."

"மருமக்கவழியில பொண்ணு எடுத்துக்கிட்டு அந்தக் கூட்டத்திலே போயி நாம எப்பிடி நிக்க முடியும்?"

அதுபோல் மருமக்கள் வழிக்காரன் வீட்டில் கேட்கும் உரையாடல்கள் –

"மக்கவழிக்காரனுக்கு கெட்டிக்குடுத்தா அங்க கூரை வீடும் ஜெர்ம வெள்ளிப்பாத்திரமும் மண்ணெண்ணெய் சிம்னி விளக்கும் தாலா இருக்கும்!"

“காசு பணம் கொஞ்சம் முன்னப்பின்னே இருந்தாலும் நல்ல வழிச்சுத்தம் வேண்டாமா?”

யாழ்ப்பாண வெள்ளாளரிடையே வழங்கும், ‘இருவழியும் தூய வந்த வேளாளன்’ என்ற பிரயோகத்தையும் இங்கு நினைவு படுத்திக்கொள்ளலாம். தப்பித்தவறி மக்கள்வழி வெள்ளாளன் மருமக்கள் வழியில் பெண் எடுக்க நேர்ந்தால் அவர்களின் வழித் தோன்றல்கள் ‘இரு சாதிக்குப் பொறந்தது’ எனும் வசவுக்கு ஆளாயினர்.

கொள்வினை கொடுப்பினையில் கலப்புப் பேச்சுவரும் போதெல்லாம் வீடுகளில் கடுமையான எதிர்ப்புகள் பண்டு இருந்தன. மருமக்கள் வழி வீடுகளில் பெண்டுகளுக்குத்தான் அரசாட்சி என்று மக்கள்வழி வீடுகளில் இளக்காரமாகப் பேசுவதும் உண்டு. சீனிச்சட்டி, தோசைக்கல்லைக் கறுப்பாக இருக்கிறது என்று சொல்வது போன்ற விஷயம்தான் இது என்றாலும் ஒருவர் மேல் மற்றவர்க்கு உள்ளார்ந்த கடுப்பு நிலவியது என்பதற்கு இஃதோர் சான்று.

மருமக்கள் வழி வெள்ளாளர் திருமண அழைப்புக்களில் ‘பெண்களை அழைத்து வரவும்’ என்றோர் குறிப்பு தனியாக முன்பு காணப்படும். பெண்களுக்கு இருந்த, கொடுக்க விரும்பிய முக்கியத்துவத்தை இது புலப்படுத்தும். மேலும் தாய்மாமனுக்கு மருமக்கள் வழியில் அதிக முக்கியத்துவம் உண்டு. திருமண அழைப்புக்களில் உறுதியாக மணமகன் அல்லது மணமகள் இன்னார் ‘அனந்திரவன்’ அல்லது ‘அனந்திரவள்’ என்ற குறிப்பு காணப்படும். மேலும் செல்வ நிலை காரணமாகவும் நிலவுடைமை காரணமாகவும் மருமக்கள் வழிப் பெண்டிர் நிறைய நகைகள் அணிவது வழக்கமாக இருந்தது. ஆண்களிடம், கேரள தறவாட்டு நாயர்களிடம் இருந்ததைப்போல ஒரு ‘அங்கத்தைத் தனம்’ இருந்தது.

நீத்தார் சடங்குகளில் மக்கள் வழியினருக்கு 16ஆவது நாள் ‘கல்லெடுப்பு’ அடியந்திரம் முடிந்த பிறகு அடுத்த சடங்கு ஆண்டுத் திவசம்தான். ஆனால் மருமக்கள் வழியினர் அதிகப்படியாக 41ஆவது நாள் சடங்கு ஒன்றும் நடத்தி வந்தனர்.

கல்யாணச் சடங்குகளில். மணநாளின் முன்னிரவில் நடக்கும் நாலாம்நீர்ச் சடங்கில், சுருள் வைப்பு முடிந்தபிறகு, மருமக்கள் வழியினர் முறுக்கு, பழம் விளம்பினார்கள். மக்கள் வழியினர் அதைச் செய்ததில்லை. இப்போது இரண்டு வழியினருமே விளம்புகிறார்கள்.

மக்கள்வழி வெள்ளாளனா அல்லது மருமக்கள் வழி வெள்ளாளனா எனப் பிரித்து அறிய வேண்டி, ‘அவலா தோசையா?’ என்றொரு குழூவுக்குறி புழக்கத்தில் இருந்திருக்கிறது. அதன்

குறிப்பு மருமக்கள் வழியினர் நன்செய் நிலம் உடையவர்கள். நெல் ஏராளம் உண்டு. எனவே வீட்டில் எப்போதும் கோட்டைக் கணக்கில் பானைகளில் அவல் கிடக்கும். விருந்தினர் வந்தால் அவல் தாளிப்பது அல்லது கருப்புக்கட்டி தேங்காய் போட்டு அவல் விரவுவது என்பது சாதாரணமானது. மக்கள்வழியினர் நிலவுடைமையாளன் அல்லன். எனவே நெல்லும் கிடையாது, அவலும் கிடையாது. தோசைதான் சுட வேண்டும். மேலும் திருநெல்வேலி பகுதியிலிருந்து குடிபெயர்ந்தவன் என்பதால் அங்கு தோசை – மிளகாய்ப்பொடி – நல்லெண்ணெய் பிரதானம் என்பதால் 'தோசை' என்பது குறிப்பு.

முன்பு மிக அரிதாகவே இரண்டு வழிக்காரர்களிடையே மண உறவுகள் இருந்தன. ஆனால் இன்று நிலைமை வெகுவாக மாறியிருக்கிறது. எல்லாம் ஒருவாறாக நிரந்துகொண்டு வருகிறது. மூத்த தலைமுறையின் வழிச்சுத்தம் எனும் முனகல்கள் ஆங்காங்கே கேட்டுக்கொண்டிருந்தாலும் பொருட்படுத்தத் தேவையில்லாத தோர் விஷயமாக இந்த வழி வேற்றுமை ஆகிக்கொண்டுவருகிறது.

தேர்தல் சமயங்களில் வேட்பாளர் பிரிவு சார்ந்து இந்தப் பாகுபாடுகள் கொச்சையாக 'மக்கோழி – மருமக்கோழி' என்று வழங்கப்பட்டதைத் தொடர்ந்து. "ஏ! கோழி அறுத்தாச்சா?" என்று இளக்காரமாய்க் கேட்கப்பட்டது மாறி, இப்போது "என்ன இருந்தாலும் அவன் நம்ம வெள்ளாம்புள்ளியில்லா?" என்று கேட்கும் அளவுக்கு வந்திருக்கிறது.

இதையெல்லாம் மீறி வேறொரு முக்கியமான மாறுதலையும் நான் பார்க்கிறேன். நாஞ்சில் நாட்டு வெள்ளாளரிடையே வரதட்சணையும் கல்யாணச் செலவுகளும் மிகமிக அதிகம். பஞ்சாயத்து அலுவலகத்தில் கடைநிலை ஊழியனாக வேலைபார்க்கிற மாப்பிள்ளைத் தரத்துக்கு ஐம்பது பவுன் நகை, அரைக்கோட்டை விதைப்பாடு, ஐம்பதினாயிரம் ரொக்கம், கல்யாணச்செலவு, மாப்பிள்ளைக்கு கோட்டு – சூட்டு தைக்கிற செலவு ஆகியவை கொடுக்க வேண்டும். ஒரு நாள் மாலைக்கான கூத்துக்கு அணிய ஆயிரக்கணக்கில் செலவுசெய்து சபாரி அல்லது முழுக்கழுத்து அல்லது மூன்று உருப்படி கோட் அணிந்து கோமாளிகள்போல நெளிந்துகொண்டு நிற்கும் கல்யாண மாப்பிள்ளைகள் ஏராளம். சமீபத்தில் தொற்றியிருக்கும் நோய்கள் மூன்று அல்லது ஐந்து பவுனில் பிரேசுலெட் மற்றும் டி.வி.எஸ். நிறுவனத்தினர் தயாரிக்கும் 'மாப்பிள்ளை வண்டி' என்று அழைக்கப்படும் இருசக்கர வாகனம், மேலும் வீடியோ படப்பிடிப்புகள். வாங்கும் சம்பளத்தில் பெட்ரோல் வாங்க முடியாது. பெட்ரோல் என்பது குளத்தங்கரையில் வண்டியை நிறுத்தி சிரட்டையில் கோரி ஊற்றும் விஷயமுமல்ல. அதனாலென்ன, மாமனார் வீடு என்ற ஒன்று எதற்கு இருக்கிறது?

இந்த நிலைமை எல்லோராலும் தாங்கக்கூடியது அல்ல. இந்த நிலையில், "அரைச் சக்கரம் சம்பளமானாலும் சர்க்கார் சோலியில்லா!" என்ற மனநிலையிலிருந்து அவர்கள் மீளவில்லை இன்னும். எனவே அரசாங்க வேலையுள்ள மாப்பிள்ளைத்தரங்களின் விலை தாறுமாறாகத் தங்கம்போல் ஏறிக்கிடக்கிறது. ஆதலால் வெளியூர்களில் வாழும் நாஞ்சில் நாட்டு வெள்ளாளர்கள் வழிகளைப் பொருட்படுத்தாதது மட்டுமல்ல, சோழிய வேளாளராயினும், கார்காத்த வேளாளராயினும், தொண்டை மண்டல துளுவ வேளாளராயினும், சேர அல்லது பாண்டிய வேளாளராயினும் எல்லாம் ஒன்றுதான் என்று தமிழ்நாட்டின் பிற பகுதிகளில் வாழும் வேளாளர்களுடன் மணவினைகள் நடத்த இப்போது தயக்கம் காட்டுவதில்லை. இதில் 'விக்கவும் முடியாமல் கக்கவும் முடியாமல்' பொறியில் சிக்கித் துன்பப்படுகிறவர்கள் நாஞ்சில் நாட்டில் கால்பதித்து வாழும் வெள்ளாளர் மட்டுமே. ஒரு கல்யாணம் நடத்த வேண்டுமானால் வயலை, தோப்பை, புரையிடத்தை அல்லது களத்தை 'கிரையப் பிரமாணம்' செய்யவோ குறைந்தது 'ஒத்தி ஆதாரம்' எழுதவோ வேண்டும்.

வெற்றிலை கைமாறுதல், நிச்சயதார்த்தம், தாலிக்குப் பொன்னுருக்கு, கல்யாணம், நாலாம் நீர், ஏழாம் நீர், உடன் மறுவீடு, மறுவீடு, இரண்டாம் மறுவீடு, ஆடித்தங்கல், தீபாவளிப்படி, கார்த்திகைச் சீர், சூல் அழைப்பு, பாண்ட சுத்தி, குழந்தைக்குச் சோறூட்டல், பிறந்தநாள், காதுகுத்து, பிறந்தமுடி எடுத்தல் என்று எந்தச் சடங்கையும் தளர்த்துவதாக இல்லை.

சாப்பாட்டுக்காக ஆகும் செலவும் அதற்கு எடுத்துக்கொள்ளும் முயற்சியுமே கல்யாண வேலைகளில் பெரும் வேலையாக இன்னும் இருக்கிறது. நாஞ்சில் நாட்டு வெள்ளாளர்கள் இந்தப் புதைச் சேற்றிலிருந்து விடுபடும் முயற்சியில் இல்லை.

இன்னும் ஒரு தலைமுறை முன்னகரும்போது வழிச் சுத்தமுள்ள வெள்ளாளன் வீட்டைத் தேடிப் பிடிக்க வேண்டியதாக இருக்கும் – புத்தர் தேடச் சொன்னதைப்போல். அது ஒரு ஆரோக்கியமான மாறுதலாக எனக்குத் தோன்றுகிறது.

சைவ வெள்ளாளர்கள் முன்பு இந்த இரண்டு வழிகளிலு மிருந்து மிகவும் ஒற்றைப்பட்டு இருந்தனர். கல்யாணங்கள் நடக்கும் போது பக்கத்து வீட்டுக்காரரானாலும் கல்யாண வேலைகளில் கூடமாட இருந்தாலும் சாப்பிட வருவதில்லை – சமையல்காரர்கள் ஐயராகவே இருந்தாலும். மக்கள் வழி, மருமக்கள் வழி வெள்ளாளர்கள் வீடுகளில் வந்து சாப்பிடுவது பெரிய மனத்தடையாக இருந்தது. விசேட வீடுகளில் வந்து கலந்துகொண்டு வெற்றிலை பாக்கு வாங்கிக்கொள்வதோடு சரி. எனவே அவர்கள் வீடுகளுக்கு அரிசி, பருப்பு, காய்கறிகள்,

தேங்காய் முதலியவை முன்தினம் இரவே கொடுத்தனுப்பும் பழக்கம் இருந்தது. இப்போது கிராமங்களிலும் அறவே நின்று போயிற்று. இயல்பாக வந்து சாப்பிட்டுப் போகிறார்கள். ஆனாலும் பெண்கள் அரைமனத்துடனேயே இருக்கிறார்கள். சைவம் எனும் உணவுக் கொள்கையையும் தீவிரமாக இன்று கடைப்பிடிப்பவர் பெண்கள் மாத்திரமே. அடுத்த தலைமுறையிலும் இதில் மாற்றம் வருமாவென நிச்சயமாகச் சொல்லிவிட இயலாது. இந்த மாறுதல்களையெல்லாம் கிராமங்களை மட்டுமே மனதில் கொண்டு நான் குறிப்பிடுகிறேன். நகரங்களின் நிர்ப்பந்தங்கள் வேறு வகையானவை.

கோயில்களில் சேவகம் செய்து வந்தவர்களான கோயில் பிள்ளைமார் என்றொரு வகுப்பு, தேயன்னா அல்லது தேவதாசி வகுப்பு என்று அழைக்கப்பட்டு வந்திருக்கிறது. தாழக்குடி, கிருஷ்ணன்கோயில், திருப்பதிசாரம், சுசீந்திரம், பூதப்பாண்டி, நாகர்கோவில் போன்ற ஊர்களில் வாழ்ந்திருந்தனர். பின்னர் கோயில்பிள்ளைகள் இனம் நாஞ்சில்நாட்டு வெள்ளாளருடன் கலந்து மருவிவிட்டது. இப்படி மேல் நோக்கியதோர் கலப்பு நாஞ்சில் நாட்டு வெள்ளாளரிடையே மட்டும்தான் நிகழ்ந்தது என்று சொல்ல வேண்டும்.

நாஞ்சில்நாடு பெரும்பாலும் திருவிதாங்கூர் மன்னராட்சியின் கீழ் இருந்த காரணத்தால் நாம் முன்பே வரையறுத்துச் சொன்ன எல்லைகளைத் தாண்டியும் இன்று கேரளத்தின் எல்லையில் இருக்கிற தக்கலை, குழித்துறை, களியக்காவிளை, அதையடுத்த பாறசாலை பின்னர் உதியன்குளங்கரை வரையிலும் வெள்ளாளர் இருக்கிறார்கள். அவர்கள் ஒரு வகையில் செட்டி முறை கொண்டவர்கள் என்றாலும் சுத்த நாஞ்சில் நாட்டான் இன்று தொட்டுத் தொடரும் வரலாறு இருக்கிறது.

மக்கள்வழி – மருமக்கள்வழி கலந்து வருவதைப் போல, குழித்துறை செட்டி, பறக்கை செட்டி, புதுக்கடைச் செட்டி, இரணியல் செட்டி என்று 'பிள்ளை' ப்பட்டம் உடையவர்கள் சுத்த நாஞ்சில் நாட்டானுடன் கலந்து உறவாடுகிறார்கள். மேலும் வெள்ளாளக் குடி அமைப்புக்கள் திருவனந்தபுரம், ஆலப்புழை, ரான்னி, கோன்னி, கொல்லம், ஆரியநாடு, நெடுமங்காடு, புனலூர், பரவூர் எனப் பரந்துபட்டிருக்கும்போதும், நாஞ்சில்நாட்டு வெள்ளாளர்களுடன் அவர்களது உறவுகள் நெருக்கமாகவே இருக்கின்றன. கேரளத்தில் வெள்ளாளர்கள் விவசாயம் செய்வதில்லை, மாறாக பூ, பொன், மரம், புகையிலை, கருப்புக்கட்டி, பாக்கு வியாபாரம் செய்கிறார்கள்.

ஊர் அமைப்புகள்

நடுவில் கோயில், சுற்றிலும் தெருக்கள், குறுக்காக முடுக்குகள் என்ற சீரில், சொல்லிவைத்துச் செய்தவை போல் வெள்ளாள ஊர்கள் அமைக்கப்பட்டிருந்தன. சுசீந்திரம், தாழக்குடி போன்ற ஊர்கள் அதற்குச் சிறந்த எடுத்துக்காட்டுகள். டாக்டர் கே.கே. பிள்ளை அவர்கள் எழுதிய The Sucindram Temple எனும் நூலில் விரிவாக ஊர் அமைப்புக்கள் பேசப்பட்டுள்ளன.

வீடுகள் பெரும்பாலும் பனங் கையில் பணி செய்து கொல்லம் ஓடுகள் அல்லது மங்களூர் ஓடுகள் அடுக்கிய கூரையுடன் இருந்தன. வசதி உடையவர்கள் சுற்றுக்கட்டு வீடாகவும் தட்டட்டி போட்ட மட்டுப்பா வீடுகளாகவும் பூமுக வீடுகளாகவும் கட்டிக்கொண்டனர்.

தெருவில் இருந்து வாசல். தெருப்படிப்புரை, உள்ளே நடுவில் முற்றமும் நான்கு புறமும் படிப்புரைகளும். படிப்புரைகள் எல்லாம் விளிம்புகளில் கருங்கல் வரிகள் பாவியவை. பிறகு தாய்வீடு. அரங்கு. நெல்போடும் பத்தயப்புரை, அடுக்களை, மேலே தட்டட்டி போட்டு மட்டுப்பா என.

முற்றம் என அழைக்கப்பட்ட இடைவழிக்குப் பல உபயோகங்கள். கன்றுக்குட்டியைப் பிரித்துக் கட்டிப் போட, நெல்குத்த உரலும் தோசைக்கு மாவரைக்க ஆட்டுரலும் போட, திருமணத்துக்கு மணமேடைபோட, சமைந்த பெண்ணின் தலைக்குத் தண்ணீர்விட, வற்றல் வடகம் பிழிந்து காயப்போட, இறந்தவரைக் குளிப்பாட்ட, சுற்றி நின்று 'அம்மாடி தாயாரே' அடிக்க, மாற்றுலக்கை போட்டு வெஞ்சனம் இடிக்க, கிழக்குப்பார்த்து அடுப்புக் கூட்டிப் பொங்க லிட . . .

ஊரின் மத்தியில் முத்தாரம்மன் அல்லது முப்பிடாரி அம்மன் கொலுவிருந்தாள். ஊரின் எல்லைகளில் காவல் தெய்வங்கள் என சுடலைமாடன், புலைமாடன், இசக்கி அம்மன் முதலிய கோயில்கள் இருந்தன.

ஊரைத் தொட்டுக்கொண்டு ஆறு ஓடியது. ஆறு தொடாமல் தொலைவில் சென்ற ஊர்களுக்கு நல்ல தண்ணீர்க் குளங்கள் இருந்தன. அதுவுமற்ற ஊர்களில் பொதுக்கிணறுகள் இருந்தன.

பெரும்பாலான வீடுகளின் வாசலில் படிப்புரை இருந்தது. வீட்டு வாசலுக்கு இருபக்கமும் நீளவாட்டமாகப் படிப்புரையும் சுவரும் சேரும் இடத்தில் சாய்ந்துகொள்ள திண்டுபோலக் கட்டிக் கொள்வதும் உண்டு. வசதி வாய்ந்த மூத்த பிள்ளைகள் பூமுகத்து வீடுகள் கட்டிக்கொண்டனர்.

வீடுகளில் பெண்களின் மாதவிடாய்க் காலத்தில் பயன்படுத்த தனிப்புரை வைத்திருந்தனர். பெண்கள் பெற்றுக்கிடக்க சாய்ப்பு எனும் அறை இருந்தது. அரங்கில் ஒரு ஓரத்தில் 'கன்னி'களுக்கு வைத்துப் படைக்கும் மூலை இருந்தது. கல்யாணம் ஆகும் முன்பே, கன்னிப் பருவத்தில் இறந்துபோன ஆண், பெண்களுக்கு ஆண்டுக்கு ஒருமுறை பொங்கிப் பொரித்து வேட்டி, துண்டு அல்லது பாவாடை, தாவணி வைத்துக் கொடுக்கும் மூலை 'கன்னிமூலை' என்ற பெயரில் இருந்தது.

புறக்கடையில் பேறுகாலத்துப் பெண்டிர் செம்புப்பானையில் நிரந்தரமாகக் கொதித்துக்கொண்டு கிடக்கும் மஞ்சள் செடியும் மிளகுக்கொடியும் பிற வெட்டு மருந்துகளும் போட்ட 'வேவுபானை' யில் வெந்நீர் விளாவிக் குளிக்க 'துடுப்புக் குழி' வெட்ட இடம் இருந்தது. பிரசவமான பெண்கள் குளித்த நீர் தீட்டு என்றும் அது பிறர்காலில் படக்கூடாது என்றும் மண்ணில் குழி தோண்டி

அந்த நீரைத் தேங்கவிட்டு பிறகு மண்போட்டு மூடிவிடுவார்கள். அங்கொரு பெண் தெய்வம் காவலுக்கு உண்டு.

மூன்று தலைவாழை இலைகள் போட்டு, அசைவம் சாப்பிடுபவர்களானால் வேகவைத்த முட்டையும் மீன் உப்புத் துண்டமும் சேர்ந்து அவியலும் முருங்கைக்கீரைத் துவரனும் சிறப்பான கறிகளாக வைத்து சோறு கறிவகைகள் படைத்து, குழம்புகள் ஊற்றி, தென்னைமரப் பாளைக் கீற்றுக்களில் பந்தம் ஏற்றி சோற்றில் நட்டு துடுப்புக்குழிக்கு சோறு படைப்பார்கள் –'பாண்ட சுத்தி' என்று அழைக்கப்படும் 'சட்டிபானை தொடுதல்' அன்று. பிறகே அது பெயரணிவிழா ஆகியது.

திராவிட இயக்கங்களின் வரவுக்குப்பின் மற்றெல்லா வகுப்பினருக்கும் நேர்ந்தது போலவே இங்கும் எல்லாம் 'விழா', ஒன்றும் 'எழா'. கொடை என்பது 'கொடைவிழா', காதுகுத்து என்பது 'காதணிவிழா', கல்யாணம் என்பது 'மணவிழா', சாமத்தியச் சடங்கு 'பூப்புனித நீராட்டு விழா', பால்காய்ச்சு 'புதுமனைபுகுவிழா', பதினாறு அடியந்திரம் என்ற கல்லெடுப்பு 'நீத்தார் நினைவு விழா', தகப்பன் செத்துப்போனால், 'தாய் தாலி அறுக்கும் விழா', எங்காவது கொலை நடந்தால் 'கொலை விழா', கொள்ளை அடித்தால் 'கொள்ளையடிப்பு விழா'. . .

இன்று கட்டப்படும் நாஞ்சில்நாட்டு நவீன வீடுகளில் மண் புழு உலாவ இடம் கிடையாது – துடுப்புக்குழி எங்குபோய்த் தோண்ட? எல்லாம் மொசெய்க் குளியலறைகள். மஞ்சள் செடியும் மிளகுக் கொடியும் கஸ்தூரி மஞ்சளும் வேவுபானையும் இல்லை. ஆனால் துடுப்புக்குழிக்கு இன்றும் சோறு படைக்கிறார்கள்.

படிப்புரைகளுக்கான உபயோகங்கள் ஏராளம். ஓய்வு நேரங்களில் பெண்கள் உட்கார்ந்து தலைசீவிக்கொண்டோ, பேன் பார்த்துக்கொண்டோ உரையாட, முன்னிரவுகளில் ஆண்கள் சாய்ந்து கொள்ள, காய்கறி கருப்புக்கட்டி ஜவுளி என வியாபாரிகள் தலைச்சுமட்டை இறக்கிவைத்து வியாபாரம் செய்ய, வளையல் போட, இரவில் வழிப்போக்கர் படுத்துக்கொள்ள என. இப்போது எழுப்பப்படும் புதிய வீடுகளில் இந்தப் படிப்புரை என்ற அம்சம் காணாமற் போய்விட்டது. தெருவில் இருந்து படிப்புரை, வாசல், தாய்வீடு என்பது போக, இப்போது தெருவுக்குக் காபந்து செய்து காம்பவுண்ட் சுவர், பிறகு இரண்டு சக்கர வாகனமும் செருப்புக்களும் விடும் அறை, பிறகு வரவேற்பறை எனும் ரீதியில் புதிய வீடுகள் அமைகின்றன. படிப்புரையுடன் நடு முற்றமும் காணாமல் ஆகிவிட்டன. வெள்ளாளர் மனப் போக்கில் ஏற்பட்ட முக்கியமான மாறுதல் இது. திருமணங்கள் வீடுகளிலும் களங்களிலும் காமணம் போட்டு நடத்துவதுபோய், மண்டபங்களுக்கு மாறிவிட்டன. ஆனால் சூரியனைப் பார்த்துப்

பொங்கல் இடவும் இறந்த பிணத்தைக் கிடத்தவும் குளிப்பாட்டவும் கூட இடமற்றுப் போய்விட்டது. சூரிய ஒளி என்பது தெருவில் இறங்கினால் மட்டுமே உடம்பில் படுகிற விதமாக வீடுகள் மாறிக்கொண்டிருக்கின்றன.

எல்லா நாஞ்சில் நாட்டு ஊர்களிலும் தலைச்சுமையோடு வருபவர்கள் இறக்கி வைத்து இளைப்பாற ஊர் நுழைவாயிலில் சுமைதாங்கிக் கற்கள் நடப்பட்டிருந்தன. வயிற்றுப்பிள்ளையோடு இறந்துபோன சூலிகளின் நினைவாகவும் அவர்களின் சாந்திக்காக வும் இந்தக் கருங்கல் வரிகள் நடப்பட்டன. இப்போது சுமைதாங்கிக் கல்லை எந்த ஊரிலும் காண இயலவில்லை. அது போலவே பெரிய ஊர்களில், சந்திகளில், கல்லில் அடித்த சிறிய நீர்த்தொட்டிகள் காணக்கிடக்கும். பாரவண்டி மாடுகள் களைத்து வரும்போது சற்று வண்டியை அவிழ்த்து மாடுகளுக்குத் தண்ணீர் காட்டப் பயன்படும் விதத்தில். வண்டியடிப்பவன் கட்டுச் சோற்றைத் தின்னும்போது மாடுகளும் வைக்கோல் கடித்துத் தண்ணீர் குடிக்கும். இன்றும் அவ்வகை நீர்த்தொட்டிகள் சில ஊர்களில் பயன் பாடற்றுக் கிடப்பதைக் காணலாம்.

பெரிய ஊர்களின் முகப்புகளில் முன்பு மோர்மடங்கள் இருந்தன. பங்குனி சித்திரை மாதங்களில் வழிப்போக்கருக்கும் வெளியூர்களிலிருந்துவரும் அறுப்புக்காரர் அடிப்புக்காரர் போன்றவருக்கும் என புளித்த மோரில் நிறையத் தண்ணீர் சேர்த்து, உப்புப் போட்டு, கறிவேப்பிலை, இஞ்சி, பச்சைமிளகாய் சதைத்துப் போட்டு எலுமிச்சம்பழம் பிழிந்து கலக்கிய மோர்த் தண்ணீர் வந்தவருக்கெல்லாம் கோரிக் கோரிக் கொடுத்தார்கள். சில மோர் மடங்களில் உப்பில் இட்டு ஊறிய காட்டு நெல்லிக்காய் இரண்டும் கடித்துக்கொள்ளக் கொடுத்தனர். இந்தப் பணியைச் செய்வதற்கென, பண்ணையார்கள் தங்கள் சொந்த நிலத்தில் அரைக் கோட்டை விதைப்பாடு ஒதுக்கி நிறுத்தி இருந்தனர். சில ஊர்களில் சில சமூகக் கோயில் நிர்வாகங்கள் அதைச் செய்தன. நாற்பது ஆண்டுகளுக்கு முன்பு உச்சி வெயிலில் ஒரு மைல் ஓடிப்போய் வயிறு கொள்ளுமட்டும் மோர் குடித்துவிட்டு வயிறு குலுங்க திரும்ப ஊருக்கு ஓடிவந்து சிலாவத்தாக ஒன்றுக்குப் போனது எனக்கு நினைவிருக்கிறது. இன்று அந்த மோர்மடங்கள் மூடப்பட்டு விட்டன. பண்ணையார்களின் சந்ததிகள் மான்ய நிலங்களின் கருணைப் பாய்ச்சலை வழிமறித்துக் கொண்டு விட்டன. விருந்திருக்க உண்ணாத வெள்ளாள மனம் இன்றைய சூழலின் நெருக்கடிகள் காரணமாக சுருங்கிக்கொண்டு வருவதன் அடையாளமாக இதனைக் கொள்ளலாம்.

அதுபோல் பங்குனி உத்திரம், தைப்பூசம், மார்கழித் திருவாதிரை போன்ற நாட்களில் எல்லோருக்கும் கஞ்சியும்

கூட்டுக்கறியும் விளம்ப கஞ்சிப்புரைகள் இருந்தன. சில ஊர்களில் இலைபோட்டு, நான்கு கறிகள் வைத்து, பப்படம் பாயசத்துடன் சாப்பாடு போடும் ஊட்டுப்புரைகள் இருந்தன. அதற்காக விடப்பட்ட ஆதீன நிலங்கள், கோயில் நிலங்கள், மூதாதையர் நிலங்கள் இருந்தன. அந்த நிலங்கள் இன்றும் உண்டு, எங்கும் போய்விட வில்லை. தலைமுறையினரின் சொந்த கையடக்கங்களாக இருக்கின்றன. ஆனால் கஞ்சிப்புரைகள் காணாமற் போய்விட்டன. ஊட்டுப் புரைகள் ஓடியே போய்விட்டன. 'ஊட்டுப்புரை' என்றால் பிற மாவட்டத்தவர் சிரிக்கிறார்கள். ஆனால் தங்கள் குழந்தைகளுக்கு பாசமுடன்தான் 'ஊட்டு' கிறார்கள்.

தெருவுக்கு நான்கு வீடுகளிலாவது படிப்புரையின் ஒரு ஓரத்தில் அல்லது அறுத்தடிப்புக் களத்தின் கன்னிமூலையில் அல்லது ஈசான மூலையில் புலைமாடன், சுடலைமாடன், பேச்சி அம்மன், இசக்கியம்மன்களுக்குப் பீடங்கள் இருந்தன. அறுத்தடிப்புக் களங்களில் சாம்பாள் பீடங்கள் இருந்தன. அவை தனிக்கூரையும், காவலும் சுற்றுக் கட்டுக் கம்பி அழியும் கொண்ட முழுமையான கோயில் ஏற்பாடுகள் அல்ல. சுவரோடு சுவராக மஞ்சணை பூசிய பீடங்கள் அல்லது சின்ன மண்பீடங்கள். மொத்தையான முகமும் உடலுமாக. சிறப்புக் காலங்களில்தான் கமுகம்பூவின் பரல்கள் கொண்டு கண் எழுதுவதும் கண் திறப்பதும். இன்று மஞ்சணைச் சிவப்பின் நிறம் மங்கியும் பொருக்காடி உதிர்ந்தும் உருவங்கள் மழையில் வெயிலில் காற்றில் கரைந்தும் உருவிழந்தும் கிடக்கின்றன. வெள்ளாளரின் நிறம் மங்கலுக்கு, பொருக்காடி உதிர்தலுக்கு, உருவிழத்தலுக்கான அடையாளங்கள் போலும். கூப்பிட்ட குரலுக்கு "என்னா?" என்று கேட்ட தெய்வங்கள், இன்று கூப்பாடு போட்டாலும் ஆவியும் இல்லை, அனக்கமும் இல்லை.

விவசாயமும் தொழிலும்

நாஞ்சில் நாட்டு வெள்ளாளர்களின் அடிப்படைத் தொழில் விவசாயம்.

கும்பப்பூவில் தென்மீதியில் வாசறுமிண்டானும் வடவகையில் தட்டாரவெள்ளையும் பயிர் செய்தனர். உயர்ந்து வளரும் ஆறுமாதப் பயிர். காற்றுக்கும் மழைக்கும் நோய்க்கும் எதிர் நின்ற பயிர். கன்னிப்பூவில் பெரும்பாலும் கட்டிச் சம்பா. பொதுவாக நாஞ்சில் நாட்டில் பயிரிடப்பட்டு வந்த நெல் இனங்கள் வாசறுமிண்டான், வீரமுண்டான், ஆனைக்கொம்பன், அறுவங்குறுவா, முட்டைக் குறுவா, மைக்குறுவா, சீரகச் சம்பா, புனுகுச் சம்பா, பூம்பாளை, தட்டார வெள்ளை, சீதாபோகம், பனங்குறுவா, நேந்திரப் பள்ளி, கட்டிச்சம்பா, கல்மணல்வாரி, சடையாரி, வல்லரக்கன், கிச்சிலிச் சம்பா முதலிய பதினெட்டு வகைகள்.

மாசி பங்குனி மாதங்களில் நிலத்தைக் காயப்போட்டு, தாள் பொறுக்கிச் சுட்டு, உரம் சுமந்து சிதறி, சித்திரை பத்தாம் உதயத்தில் பருவம் எடுத்து, பொடியில் சம்பா விதைத்து, நான்காம் கொம்பு தவிர்த்து ஒன்று முதல் ஐந்துவரை கொம்பு மரங்கள் அடித்து,

பத்துப் பதினைந்து நாட்கள் காய்ச்சலுக்குப் பயிரை நிறுத்தி, காய்ச்ச வெள்ளம் பாய்ச்சி, களைபறித்து, ஊடுகோரிப் போட்டு, தளை கொத்தி வைத்து, ஊற்றாங்கல் வைத்து, எலிக்கலயம் போட்டு, பின்பு அறுவடைவரை காத்திருந்தனர். சம்பாப் பயிர் அறுவடை ஆனதும் தொழியில் தரிசடித்து, மறுத்து, தொழி அழுகி, தாள் அமைந்து, முச்சால் வைத்து, உரம் சுமந்து சிதறி, குழை தறித்துச் சேற்றில் போட்டு அழுந்த மிதித்து, மரமடித்து மொழுக்கி, பொழித்தட்டி, வாசறுமிண்டான் அல்லது தட்டார வெள்ளை நாற்றுப் பிடுங்கி நட்டனர். களைகளான வேப்பம்பாசி மிதித்து, வளரி பறித்து, பின்பு பயிர் வளரப் பார்த்திருந்தனர். நாற்றங்கால்களில் நாற்றுப் பறித்த பிறகு அறுவங்கொறுவா விதைத்தனர்.

'நாள் வித்துப் பிடித்தல்' என்று விதைப்பதற்கு அல்லது நாற்றுப் பாவுவதற்கு முன் ஒரு சடங்கு இருந்திருக்கிறது. பெரும்பாலும் முன்வருடம் நெல் தேர்ந்து உலர்த்தி ஆற வைத்து மண் குலுக்கைகளில் அல்லது மரப் பத்தயங்களில் சேகரித்து வைத்திருக்கும் விதை நெல் முளைக்கிறதா எனச் சோதித்துப் பார்க்கும் உத்தியாக இது இருந்திருக்கிறது.

பருவமழைகள் தவறாது பெய்தன. பருவங்கள் பயிருக்குச் சரியாக வாய்த்தன. பூச்சி வெட்டுக்கள் இருந்தாலும் எலிவெட்டு இருந்தாலும் விவசாயம் நன்கு நடந்துகொண்டுதான் இருந்தது.

தொடர்ந்து விளைச்சல் குறையும் வயலில், பங்குனிமாதம் நள்ளிரவில் பொங்கலிட்டு வெள்ளைச் சேவல் அறுத்து வழிபட்டால் நல்ல விளைச்சல் காணும் எனும் நம்பிக்கை இருந்தது.

யாதொரு காரணமும் இன்றி, சிலசமயம், சில வயல்கள், பொங்கிப் பூரித்து விளைந்துகிடக்கும். அதை 'சாவு பயிர்' என்று சொன்னார்கள். அந்தப் பூவில் அந்தக் குடும்பத்தில் ஒன்றில் யாராவது இறந்து போயிருப்பார்கள் அல்லது இறந்து போவார்கள் என்றொரு ஆழமான நம்பிக்கை இருந்திருக்கிறது.

மரபு ரீதியான விவசாயம். மரபு ரீதியான பயிர்கள். எல்லா வெள்ளாளர் வீட்டிலும் பெரும்பாலும் பால்மாடுகள் இருந்தன. ஓரிணை, ஈரிணை ஏர்மாடுகள் இருந்தன. சொந்த வயல் உழுதது போக மாற்று ஏர் போனார்கள். பக்கத்து ஊர் சம்சாரிகளுக்கும் வடக்கில் பாண்டி நாட்டுக்கும் பண ஏர் போனார்கள். வண்டிக் காளைகள் இருந்தன. எல்லோரும் பெரும்பாலும் சிறு நில உடைமையாளர்கள். ஆறுமரக்கால் விதைப்பாடு துண்டம் முதல் இரண்டு கோட்டை விதைப்பாடு வரை. நிலமற்ற விவசாயி பாட்டம் பயிரிட்டான். ஒரு கோட்டை விதைப்பாட்டுக்கு ஏழுகோட்டை நெல் பூவுக்குப் பாட்டம். மாசி பங்குனியில் இடைப்பயிராக, ஊடு பயிராக அல்ல, உளுந்து அல்லது சிறுபயறு

அல்லது பெரும் பயறு போட்டால் அது கணக்கில்லை. கரையடி நிலங்களானாலும் வயல்கரையில் கீரை, வெண்டை, கத்தரி போட்டால் அது கணக்கில்லை. அந்தணர் நிலங்களை, கோயில் நிலங்களை, திருவிதாங்கூர் சமஸ்தான அம்மை வீட்டு நிலங்களை, திருவாவடுதுறை மடத்து நிலங்களை, உழுது பயிர் செய்தனர். வெள்ளாளர்களில் விவசாயக்கூலிகள்தான் பெரும்பான்மையோர். ஆனால் அவர்களும் பால்மாடு, ஏர் மாடு வைத்திருந்தனர்.

மரபு ரீதியான விவசாயம் என்று சொன்னேன். அதில் அவர்களுக்கு ஒரு தேர்ச்சி இருந்தது. விவசாயம் பற்றிய எல்லா பக்குவங்களும் தெரிந்து வைத்திருந்தனர். எல்லா நுணுக்கங்களும் தெரிந்து வைத்திருந்தனர். மரச்சீனிக்கிழங்கு பயிர் செய்தால் எலி குடைவதைத் தடுக்க ஊடுபயிராக மாங்காய் இஞ்சி பயிரிட வேண்டும் என்பதுபோல. வெற்றிலைக் கொடிக்காலுக்கு அகத்திமரக் கன்றுகளை முன்பே நடவேண்டும் என்பதுபோல. தென்னம்பிள்ளை நட்டால் ஊடுபயிராக வாழைபோட வேண்டும் என்பது போல. வாழை நட்டால் ஊடுபயிராக தண்டன் கீரை, வெண்டை, கத்தரி போட வேண்டும் என்பது போல. எந்தக் காற்றுக்கு எந்த வாழை தாங்காது என்பது போல. படுவக்காலில் எப்படி உழ வேண்டும் மேட்டுக்காலில் எப்படி உழ வேண்டும் என்றும் தாடகை மலையில் மேகம் கறுத்தால் மழைவரும் என்றும் எருது சிரிச்சான் மூலையில் மின்னல் வெட்டினால் மழை வராது என்றும். மழை பெய்த அளவுகள் தெரியும் – அடை மழை, ஒரு பாட்டம் அல்லது இரண்டு பாட்டம், சீலை நனையத் தூற்றல், சின்னத் தூற்றல், போக்கு மழை, பொசுங்கல், சாரல் என. நிலத்தில் ஈரப்பதம் தெரியும் – பதம் இல்லை, மண்வெட்டி தெறிக்கிறது, அரை மண்வெட்டி இறங்குகிறது, மண்வெட்டி முங்க ஈரநயப்பு, காலில் தொழி அப்புகிறது, கால்தடம் பதிகிறது, கால்பதம், அரைப்பதம், முக்கால் பதம், முழுப்பதம் என்றெல்லாம். எந்தக் காற்று மழையைக் கொண்டுவரும், எந்தக் காற்று மழையைக் கொண்டு போகும் என்று தெரியும். நெற்பயிரையும் நெல்போலவே வளரும் 'ஊரை'யையும் தெரியும். நல்லவன்போல நடிக்கும் நீசனுக்கும் 'ஊரை' என்றே பட்டப்பெயர்.

உரம் என்பது மாட்டுச் சாணம், மூத்திரம், வைக்கோல் கூளம், குப்பை செத்தைகள் கூடிச் சீரணித்தவை. தொழி உழவில் வயல் வரப்புக்களில், கரைகளில், திரடுகளில், தோப்புக்களில் களங்களில் நிற்கும் மரங்களான பூவரசு, புங்கு, வாகை, பன்றி வாகை, மஞ்சணத்தி, உசிலை, மாவிலங்கு போன்ற மரத்தின் குழைகளை அரக்கி, தறித்தோ தறிக்காமலோ முச்சால் வைத்த தொழியில் போட்டு அழுந்த மிதித்தனர். பால்மரங்களான ஆல், அரசு, அத்தி ஆகிய மரங்களின் குழைகளை அரக்குவதில்லை. புன்னை மரம், வேம்பு எண்ணெய் மரங்கள். அதன் குழைகளையும்

அரக்குவதில்லை. மா, பலா, மரக்குழைகளையும் அரக்குவதில்லை. அவை பழமரங்கள்.

விவசாயம் சம்பந்தமான நாள் ஏர் பிடிப்பது, நல்லப்பம் விதைப்பது, நல்லப்பம் நடுவது, நாட்கதிர் கொள்வது, புத்தரிசி பொங்குவது என்ற எல்லாச் சடங்குகளும் வீட்டு மட்டுக்கு ஆரவாரம் இல்லாமல் நடந்தன.

தோவாளை என்ற ஊரில் 'பூ' விவசாயம் இன்றும் சிறப்பாக நடைபெற்று வருகிறது. மலை அடிவாரத்திலும் தண்ணீர் அவ்வளவாகக் கிடைக்காத மேட்டு நிலங்களிலும் 'பிச்சி வெள்ளை' என்றும் 'பிச்சி' என்றும் அழைக்கப்படும் பிச்சிப்பூ பயிராகிறது, தமிழகத்தின் பிற பகுதிகளில் மல்லிகை என்றும் வடநாட்டில் 'செமேலி' என்றும் அழைக்கப்படும் பூ, இதழ்களின் ஓரங்களில் சிவப்பு வரைகளுடன் கூடியது. ஆனால் பிச்சி வெள்ளை என்பது சுத்த வெள்ளை. நாஞ்சில் நாட்டுக்கு மட்டுமல்லாமல் கன்னியாகுமரி மாவட்டத்தின் பிற பகுதிகளுக்கும், கேரளத்துக்கும் தொடுக்கப்படாத பிச்சி அரும்புகள் பனையோலை வல்லங்களில் தினமும் ஏற்றுமதியாகும். பிச்சி வெள்ளை இல்லாததோர் சடங்கு, சீமந்தம், நிச்சயதார்த்தம், மறுவீடு இல்லை. கோயில் கொடைகள், சிறப்புகள் இல்லை. வாழ்வரசி வெள்ளாடிச்சி கூந்தல் இல்லை.

பிச்சி வெள்ளை குற்றுச்செடிபோல் கொடிவீசிப்படரும் ஒரு செடி. பருவமான அரும்புகளை அதிகாலை ஐந்து மணிக்கெல்லாம் போய்ப் பறித்து சேகரித்து சந்தையில் சிறு சிறு குன்றுகளாக விலைப்பேசக் கிடக்கும். அவரவர் தோட்டத்தில் ஒரு படி இரண்டு படி என அரும்புகள். சாயங்காலம் ஐந்து மணிக்குமேல் இதழ் விரிந்துவிடும் என்பதால் அதற்குமுன் உரிய இடங்களுக்கு அனுப்பப்பட்டுவிடும்.

பருவ காலங்களில் சிவந்திப்பூ என்ற மஞ்சள் நிறப் பூ வயல்வெளிகளில் பூத்துக்கிடக்கும். கொழுந்து அல்லது மருக் கொழுந்து என்ற சிறு தாவரம் கீரைபோல் அரியப்படக் கிடக்கும். கிறக்கும் வாசனை கொண்ட, சாம்பல் நிற, கட்டியான சிற்றிலைகள் கொண்டது கொழுந்து. முருகன் கோவில்களில் ஒடுக்கத்தி வெள்ளிக் கிழமைகளில் கொழுந்து பிரசாதமாகக் கொடுப்பதுண்டு. அரளியில் பல நிறங்கள் உண்டு. கரைகளிலும் திரடுகளிலும் வரப்புக்களிலும் புறம்போக்கு முடங்குகளிலும் அரளிப் பதியன்களைக் காணலாம், சிறு கொம்புகள் வில்போல் வளைத்துப் பதியப்பட்டிருக்கும். வெள்ளை, மஞ்சள், சிவப்பு, செங்கழுநீர் நிறங்களில் கொத்துக் கொத்தாகப் பூக்கும். தாழம்பூ என்பது பயிராகச் செய்யப்படுவதில்லை. ஆற்றின் இருகரைகளிலும் ஓடைக் கரையிலும் இரண்டாள் உயரத்துக்கு வளர்ந்து நிற்கும் தாழை மடல்களினிடையே புகுந்து, பாம்புகள் பற்றிய அச்சத்துடன்,

குத்திக் கிழிக்கும் கொக்கி முட்களை விலக்கி, தாழம்பூ சேகரித்து வருவார்கள். குறுமடல்களையும் இளஞ்சிவப்பு அல்லது மஞ்சள் நிறத்தையும் அபார வாசனையையும் கொண்ட தாழம்பூக்களை நெய்த்தாழை என்றும், வெளிர் மஞ்சள் நிறமும் நீண்ட மடல்களும் சற்று மட்டான வாசனையும் உடைய தாழம்பூக்களை பேய்த்தாழை என்றும் அழைத்தனர்.

அரளியும் தாழையும் பிச்சியும் இல்லாத சிறு தெய்வ வழிபாடுகள் இல்லை. அம்மன்கோவில், சுடலைமாடன்கோவில் கொடை என்றால் தாழம்பூ சேகரித்துக் கொடுக்க சில குடும்பங்கள் தலைமுறை தலைமுறையாகப் பொறுப்பேற்றிருந்தன. வடசேரி கனகமூலம் சந்தையில் கமுகம்பூ, தாழம்பூ, தென்னம்பூ எல்லாம் வியாபாரப் பொருட்கள்.

தாழம்பூவை மூன்றாக நான்காக மடித்துப் பெண்கள் தலையில் வைத்துக்கொள்வதுண்டு. சடை தைத்துப் பின்னிக்கொள்வதுண்டு. ஆடிமாதம் தாழம்பூ பருவகாலம். தாழம்பூ மடித்துச் சடை பின்னி குமரிப்பெண்கள் அந்த மாதத்தில் கோலாட்டம் ஆடுவது வழக்கமாக இருந்தது. சிவந்தியும் கொழுந்தும் சூடிக் கொண்டார்கள். அரளிப்பூ, செம்பருத்திப்பூ சூடுவதில்லை. தேரூரில் பிறந்து புத்தேரியில் வாழ்ந்த நாஞ்சில் நாட்டுக் கவிமணி தேசிக விநாயகம் பிள்ளை, ஆசிய ஜோதி பாடும்போது, புத்தரைக் காண ஓடிவரும் பெண்டிரைப் பாடுகையில்,

கன்னி ஒருமகள் மையெழுதி – இரு
  கண்ணும் எழுதுமுன் ஓடிவந்தாள்
பின்னும் ஒருமகள் கூந்தலிலே – சூடும்
  பிச்சிமலர் கையில் சுற்றி வந்தாள்

என்று பாடுகிறார்.

வேறொரு சந்தர்ப்பத்தில், “பின்னி முடித்திடம்மா பிச்சிப்பூ சூடிடம்மா” என்றும் பாடுகிறார்.

பூந்தோட்டங்களில் ஊடுபயிராகக் காய்கறிகள் பயிரிடப்படு வதும் உண்டு. அப்படிப் பயிராகும் காய்கறிகள் மிகவும் சுவையானவை. பூம்பயிர் தவிர தோவாளை பாத்திகளில் அரைக்கீரை, தண்டங்கீரைகள் தானியப் பண்டமாற்றுப் பயிராக இருந்தன. கடைந்த அரைக்கீரை என்பது நாஞ்சில் நாட்டுச் சமையலில் காயம் மணக்கும் அம்சம்.

செண்பகராமன்புதூர் வயல்களில் தண்டன்கீரை பயிர் செய்யப்பட்டது. செம்மண்ணில் வளர்ந்த செண்பகராமன்புதூர்த் தண்டு நாஞ்சில் நாட்டில் விசேடமானது. கீரைக்காரிகள் ‘செம்ப ராம்பூருத் தண்டு’ என்று கூவி விற்பார்கள்.

திண்டுக்கல் சிறு மலைப்பழம், மதுரை முல்லை, கடம்பூர் போளி, பத்தமடைப் பாய், மணப்பாறை முறுக்கு, ஊத்துக்குழி வெண்ணெய், திருநெல்வேலி அல்வா, தஞ்சாவூர் வெற்றிலைச் சீவல், பழனி பஞ்சாமிர்தம், பணகுடிப் பதநீர், உடன்குடி கருப்பட்டி, சாத்தூர் வெள்ளரிப் பிஞ்சு, தூத்துக்குடி கருவாடு, அம்பலப்புழை பால் பாயாசம் போல செண்பகராமன்புதூர் கீரைத் தண்டு. 'நாஞ்சில் நாட்டு மருமக்கள் வழி மான்மியம்' பாடிய கவிமணி 'வித்துத் தண்டு' அவியல் பற்றிப் பேசுகிறார்.

முன்புபோல் தெருக்களில் கூவி விற்கும் அரைக்கீரை, கீரைத்தண்டுகளைக் காண முடிவதில்லை. தண்டன்கீரையின் கீரையைத் துவரன் வைத்து, தண்டைப் போட்டுப் புளிக்கறி வைக்கும் வீடுகள் குறைந்துவிட்டன. ஆற்றோரம், ஓடைக்கரைகளில் மனம்போல வளர்ந்த கொடுப்பைக்கீரை ஒரு பண்டமாற்றாக இருந்தது. இன்றைய தலைமுறைப் பெண்கள் கொடுப்பைக் கீரையை அடையாளம் கண்டுகொள்வார்களா என்று தெரியவில்லை.

தென்னை மரங்களுக்கு இடையில், வரப்போரங்களில் கமுகு மரங்கள் வளர்ந்தன. பேய்க் கோயில் கொடை அல்லது சிறப்புக்கு கமுகம்பூ முக்கிய அம்சம். கமுகம்பூவைப் பிரித்துக் கொத்தாக சாமரம்போல, சாமியின் தோள் மீது சார்த்துவார்கள். கற்சிலைகளில் அல்லது சுண்ணாம்புக் காரை உருவங்களில் மஞ்சணை சார்த்தி முகம் எழுதும்போது கமுகம் பூ அரிசிகளால் எழுதப்பட்ட மூக்கு, வாய், கோரைப்பற்கள் ஒருவித ஆங்காரத்துடன் இருக்கும். ஆராசனை வந்து ஆடும் சாமி கொண்டாடிகள் கையில் கமுகம் பூக்குலைகள் வைத்து மடார் மடார் என உடம்பில் அறைந்துகொள்வார்கள். சிலீர் என ஒரு வலி நாடி நரம்புகளில் புகுந்து நம்முள் ஓடும்.

தென்னம் பூ மலையாள சுபச் சடங்குகளில் பயன்படுவது. வெள்ளாளனுக்குத் தென்னம்பூ ஒரேயொரு உபயோகம்தான். இறந்தபின் ஈமச் சடங்குகள் செய்யும்போது, கல்குழியில் விரித்து நாட்ட. காடேற்று அன்று, பிணம் எரிக்கப்பட்ட குழியின் மண்ணைச் சேர்த்து, எலும்புகளுக்கான அபிஷேகத்துக்கு வெட்டப்பட்ட தென்னை இளநீரின் திறந்த வாயில், தென்னம் பாளையைப் பிரித்த புதுப்பூவின் தண்டைச் செருகி, விரித்து, குழிமண்ணில் நட்டுவைப்பார்கள்.

நாஞ்சில் நாட்டு விவசாயி என்பவன் பிற வறண்ட பகுதி விவசாயியைப் போல கடுமையான உடலுழைப்பு தேவையற்றவன். தண்ணீர் தாராளமாகக் கிடைத்தது. கால்வாய்களில் இராப்பகலாக வருடம் பூராவும் ஓடிக்கொண்டே இருக்கும் தண்ணீரைக் காலால் கூட வயலுக்கு விலவி விட்டுவிடலாம். ஒவ்வொரு பூவிலும் பயிரேறி முடிந்ததும் பால்மாடுகளைப் பராமரிப்பதும் மாட்டுக்குப் புல்லறுப்பதும் தவிர பெரிய வேலையென்று எதுவும் கிடையாது.

சராசரியாக ஆண்டில் கிடைக்கும் எட்டுமாத ஓய்வை வேறு வழியில் பயன்படுத்தத் தெரியாதவனாக இருந்தான். காலங்கள் மாறி, தேவைகள் அதிகரிக்கும்போது பணப்பயிர் செய்யும் பிற பகுதி விவசாயிகளோடு நின்று கொடுக்க முடியவில்லை. மழை பொய்த்து அல்லது அதிகம் பெய்து பருவச்சேதம் வரும்போது தாக்குப்பிடிக்க முடியவில்லை.

பிற மாவட்டங்களில் தொழில் வளர்ச்சி ஏற்பட்டு, நகரம் விரிவாகும்போது நகரின் மையத்திலிருந்து எட்டுத் திசைகளிலும், பத்துப் பன்னிரண்டு கிலோமீட்டர் தூரத்தில், குடி இருப்புக்கள் அமையும். அதுவரை சீந்தப்படாமல் கிடந்த புஞ்சை நிலங்களும் காடுகளும் விளைகளும் பொன்விலைக்குப் போகும். உடைமையாளர், சிறியவரும் பெரியவரும் பயன் பெறுவார்கள். திடீரென நவீன வசதிகள் கைகூடும். கன்னியாகுமரி மாவட்டத்துக்குத் தொழில் வளர்ச்சியும் நேரவில்லை, நகரைச்சுற்றி எல்லாம் நஞ்சை நெல் வயல்கள் என்பதால் பெரிய அளவில் நகர் விரிவடையவும் இல்லை. அதன்பயன், வெள்ளாளர் உட்பட்ட எந்த சமூகத்தினருக்கும் கூடவில்லை.

கன்னியாகுமரி மாவட்டத்தில், அந்தக் காலத்தில் குறிப்பிடத் தகுந்த தொழிற்சாலைகள் என நாகம்மாள் மில்ஸ், ஆசீர் மோட்டார் வொர்க்ஸ், சிந்தாமணி நெய்த்து ஆபீஸ் மேலும் பயனீர் மோட்டார்ஸ் போக்குவரத்து ஆகியவையே. சுதந்திரம் பெற்றபின்பும் அந்த மாவட்டத்தில் தொழில் வளர்ச்சி இல்லாமைக்கு இரயில் பாதை இல்லை என்று காரணம் சொன்னார்கள். இரயில் பாதை போடாததற்குத் தொழிற்சாலைகள் இல்லை எனும் காரணம் சொன்னார்கள். பித்தம் தெளியும் கதை.

சுதந்திரம் வந்து நாற்பது ஆண்டுகளுக்குப் பிறகே ஆங்கோர் பொறியியல் கல்லூரி வந்தது. மாவட்டத்திலேயே மருத்துவக்கல்லூரி இன்னும் செயல்படத் துவங்கவில்லை.

மணவாளக்குறிச்சியில் மணல்கம்பனி எனும் *Indian Rare Earths Ltd* ம், ஆரல்வாய்மொழியில் ‘கன்யாஸ்பின்’ எனும் கூட்டுறவு நூற்பாலையும் வெகுகாலம் பிந்தி வந்தவை. அதிலும் நூற்பாலை அம்மாசி தாண்டுமா பௌர்ணமி கழியுமா என்று கிடக்கிறது.

இன்றும் பெரிய தொழில்கள் என மாவட்டத்தில் சொல்லத் தகுந்தவை செங்கல் சூளைகளும், அரிசி ஆலைகளும், கயிறு திரிப்புக் கூடங்களும்தான்.

ஆயிரத்துத் தொள்ளாயிரத்து அறுபதுகளில் நவீன விவசாயம் மற்றெல்லா விவசாயிகளைப் போலவே நாஞ்சில் நாட்டு வெள்ளாளர்களையும் கடுமையாகத் தாக்கியது.

ஐ.ஆர்.எட்டு, ஐ.ஆர்.இருபது போன்ற நவீன ரகங்கள் அவர்களையும் சபலமுறச் செய்தன. கட்டிச் சாம்பா விதைத்து முக்கால்

மேனி அறுத்தடிக்க அவர்கள் சிரமப்பட்டபோது, ஆடுதுறை நெல் ரகங்களில் ஒன்றரைமேனி, இரண்டுமேனி என்றனர். செந்தவிடு நீங்காத, பருவட்டு மட்டை அரிசிக்குக் கேரளத்தில் நல்ல வரவேற்பு இருந்தது – கட்டிச் சம்பாவைவிட விலைமலிவு என்பதனால்.

விளைச்சல், மேலும் விளைச்சல், அமோக விளைச்சல் என்ற பேராசை புகுந்தது. ஐ.ஆர்.எட்டு அமோக விளைச்சல் என்றொரு கோஷம் இருந்தது. இரசாயன மேலுரங்களின் நிர்ப்பந்தம், அரசு விளம்பரங்கள், உரம் தயாரிப்பவர் விளம்பரங்கள், விவசாய அலுவலர்களின் அருளுரைகள், விவசாய விஞ்ஞானி களின் கடைத்தேற்றும் கருணைப்பார்வை மூலம் நேரடியாகவும் மறைமுகமாகவும் யுத்தகாலத் தீவிரத்துடன் வந்தது. பசுமைப்புரட்சி என்பது அடிமட்ட விவசாயியைப் பரிசோதனைக்களம் ஆக்கியது என்பதையும் நிலம் கினியா வெள்ளெலிகளைப் போலப் பயன்படுத்தப்பட்டது என்பதையும் அவன் அறிந்திருக்க வில்லை. முக்காலடி உயரமே வளர்ந்து ஐ.ஆர்.எட்டு நெல் ரகத்தின் வைக்கோல் மாடுகளுக்குப் போதாமல் ஆயிற்று. மழைப்பொசுங்கலில் வைக்கோல் அகப்பட்டால் மாடுகள் சீந்துவதில்லை. வைக்கோலிலிருந்து – சூடான இட்டிலித்தட்டைக் கொப்பரையிலிருந்து எடுக்கும்போது நீராவி பொங்குமே அதுபோல – பொங்கிய டி.டி.டி. வாசனை மாடுகளை மிகவும் துன்புறுத்தியது. அலந்த நாய் பீ தின்பதைப் போல வேறு வழியின்றித் தின்ற மாடுகள் குடம் குடமாய்ப் பீய்ச்சின. பீய்ச்சலையும் காய்ச்சலையும் குணப்படுத்த கால்நடை மருத்துவக் கேந்திரங்கள் வந்தன.

பிறகு ஆராய்ச்சியில் கண்டுபிடித்து ஐ.ஆர்.எட்டு சரியில்லை என்று ஐ.ஆர்.பதின்மூன்று, அப்படியே ஐ.ஆர்.இருபது. தொடர்ந்து தற்போது ஐ.ஆர்.ஆயிரத்துமுன்னூற்று எண்பத்து மூன்று வரை போயிருக்கலாம். 'இலை முள்ளில் பட்டாலும் முள் இலையில் பட்டாலும் கிழிந்து போவது இலைதானே.' தப்பான அறிவுரைக்கான பொறுப்பை இங்கு யார் ஏற்பார்கள்? நட்ட ஈடு யார் தருவார்கள்? அலுவலர் மாறி அலுவலர் வருவார்.

எழுபதுகளுக்குப் பிறகு அடியுரம் என்பது அத்தியாவசியம் இல்லாத ஒன்று என போதிக்கப்பட்டது. விவசாயியோ பேன்ட் சட்டை அணிந்த எல்லோரும் தேவதூதர்கள், மேதாவிகள் எனும் மயக்கத்தில் இருந்தான். டி.ஏ.பி. வாங்கவும், யூரியா வாங்கவும், சல்ஃபேட் வாங்கவும், நைட்ரேட் வாங்கவும், பொட்டாஷ் வாங்கவும் நாயினும் கேவலமாக அலைந்தான். அதுவும் கூட்டுறவுச் சங்கங்கள் மூலம் ரேஷன் கடை மண்ணெண்ணெய்போல, நெருக்கடி மிகுந்த விநியோகமாக இருந்தது. கைப்பணம் பறிக்கப்பட்டது மட்டுமல்லாமல் வீட்டுப் பெண்களின் கழுத்தில்

கிடந்த முத்துமாலை, அவல் மாலை, கோதுமை மாலை, மாங்காய் மாலை, புழுக்கூடு மாலை முதல், பிறந்த நாளுக்குக் குழந்தைக்கு ஆசையாய் செய்து போட்ட மைனர் செயின், பொன்னரைஞாண் எல்லாம் பணயம் போனது. பணயம் பிடிக்க உடனடியாக நிலவள வங்கிகள் வந்தன. பணயம் – மீட்பு – மறுபடியும் பணயம் என உரைத்து உரைத்து எல்லாச் சங்கிலியும் இற்றுப்போயிற்று. பாவி அப்போதும் அறிவு சூடு பெறவில்லை. தாராளமாக வட்டிக்குக் கடன் வழங்கினார்கள். உரம் கடனாக வழங்கினார்கள். தவணை கட்டாவிட்டால் என்ன, வட்டி கட்டாவிட்டால்தான் என்ன – வீட்டுப் பத்திரமும் வயல், தோப்புப் பத்திரமும் வங்கியின் ஒழுக்கறைப் பெட்டியில் பத்திரமாக இருக்கும்போது?

முர்ரா எருமைகள் வாங்கவும் ஜெர்ஸி பசுக்கள் வாங்கவும் வெள்ளை லகான் கோழிகள் வாங்கவும்கூடக் கடன் வழங்கினார்கள். விவசாயியும் கடன் என்பதே தானம் என்ற மனோபாவத்தில் இருந்தான். அந்த எருமைகளும் பசுக்களும் அவன் தொழுவில்

வாழக் கஷ்டப்பட்டன. அவை தென்தமிழ் நாட்டுச் சூழலுக்குப் பழக்கப்பட்டவை அல்ல. அவனிடம் ஏர் – கண்டிஷன் செய்யப்பட்ட தொழுத்துக்கள் இல்லை. முட்டைக்கோசு, பூக்கோசு, கேரட் இலைகளைத் தின்னத்தர அவனுக்கும் வசதி இல்லை. ஐ.ஆர். எட்டின் வைக்கோல் பற்றி ஏற்கெனவே சொன்னேன். முர்ராவும் ஜெர்ஸியும் 'என்னைக் கஷ்டப்படுத்தாமல் கொண்டுக் கிட்டுப் போயிரப்பா' என்று அவர்களது தெய்வங்களிடம் இறைஞ்சின. தப்பித்தவறி அவை பிழைத்தாலும் கன்றுகள் பிழைப்பதில்லை. 'சோலியைப் பாரடா சொக்கா' என்றன.

வாளி வாளியாகப் பாலுக்கு ஆசைப்பட்டு சாக்குச் சாக்காக மாட்டுத்தீவனங்கள் வாங்கினான். மாட்டுத்தீவனம் தயாரிக்கும் பன்னாட்டு நிறுவனங்கள் கொழுத்தன. பங்குகள் விலை ஏறின, போனஸ் பங்குகளும் உரிமைப் பங்குகளும் பங்குதார நகரக் கனவான்களுக்குக் கிடைத்தன.

நாடன் மாடுகள் வைத்துக்கொள்வதில் லாபமில்லை என அவனுக்குப் போதிக்கப்பட்டது. வெறும் வைக்கோலும் புல்லும் தின்ற, தவிடும் பிண்ணாக்கும் கழுநீரும் கலக்கிக் குடித்த பசுக்களின் பாலின் கொழுப்பு அம்சம் 2.73621548904 சதமானம்தான் என்றும், மூட்டை மூட்டையாக பன்னாட்டு நிறுவனங்கள் தயாரித்த சத்துமிகுந்த மாட்டுத் தீவனங்கள் தின்ற ஜெர்ஸிப் பசுவின் பாலின் கொழுப்பு அம்சம் 5.13326976201 சதமானம் என்றும் பால்வள வங்கிகளின் பால்மானிகள் அளவிட்ட பாலின் விலையும் தேவையும் அதிகம் என்றும் சொல்லி அவன் கோமணத்தையும் உரிந்தார்கள்.

தொழுக்களில் பசுக்கள், எருமைகள், காளைகள், கடாக்கள், கன்றுகள் நின்ற இடங்கள் வெற்றிடங்கள் ஆயின. பசுமைப்புரட்சி, வெண்மைப்புரட்சி என்ற இடி விழுந்து தொழுக்களில் சாம்பல் புரட்சி ஏற்பட்டது. தொழுக்களிலிருந்து கிடைத்த பயிருக்கான அடியுரம் என்பது கனவாயிற்று.

ஒருகோட்டை விதைப்பாட்டை, டிராக்டர் அரை மணிக் கூறில் உழுதுவிடுகிறது என்றனர். நான்கு ஏக்கருக்கு ஆகும் டிராக்டர் செலவில் ஏர்மாடு ஒரு ஏக்கருக்கு உழுதுவிடாது என்றனர். மேலும் டிராக்டர் வைக்கோல் தின்பதில்லை. பருத்திக்கொட்டை, புண்ணாக்கு, தவிடு கலக்கிய தண்ணீர் குடிப்பதில்லை. டிராக்டருக்கு சங்கடைப்பான் நோயும் வருவதில்லை. தினமும் இரண்டு வேளை குளிப்பாட்ட வேண்டியதில்லை. தொழுவத்தில் கால் மாற்றிக் கட்டவேண்டியது இல்லை. உண்ணிபொறுக்க வேண்டியதில்லை. தார் பட்ட புண்ணில் உப்பும் சாம்பலும் கலந்து பூச வேண்டியதில்லை. கழுத்துப்புண் வராது. காலில் கொழுபாயாது.

லாடம் அடிக்க வேண்டாம். எவ்வளவு வசதிகள்! ஆனால் டிராக்டர் மூத்திரம் பெய்வதும் சாணி போடுவதும் இல்லை.

நான்கு ஏர்கள் வைத்துக்கொண்டிருந்த சம்சாரி, மரமடிக்க மட்டும் ஓரிணை ஏர் வைத்துக்கொண்டு மற்றவற்றைக் கையடித்தான். அகல உழுவதிலும் ஆழ உழுவதே மேல் என்ற பழமொழியை நவீன விவசாயம் மறுத்தது. டிராக்டர் நான்கு அங்குல ஆழத்துக்கு மேல்மண்ணை மட்டும் உப்புமா கிளறுவதுபோல சுரண்டிப் போட்டது. ஆரல்வாய்மொழிக்கும் வடக்கே வள்ளியூர், பணகுடி, காவல்கிணறு போன்ற ஊர்களிலிருந்து மாசி பங்குனி மாதங்களில் வரிவரியாக உரம் நிறைத்துக் கொண்டுவரும் நாஞ்சில் நாட்டுச் சக்கடா வண்டிகள் விலைக்குப் போயின. அல்லது விறகாகிப் போயின. உரமடிக்கும் செலவு, உரம் சுமக்கும் செலவு, உரம் சிதறும் செலவு கட்டுப்படியாகவில்லை என்று சாக்கு உரங்கள் வயலின் வாய்மடைக்குப் போயின. பெரும்பாலான மரங்கள் விறகுக்காகத் தறிக்கப்பட்டு வயலுக்குக் குழையும் இல்லாமற்போனது. கொழுஞ்சிக் குழைபிடுங்க மலைக்குப் போவோருமில்லை, பிடுங்கிக் கட்டிச் சுமந்து வந்தால் வாங்குவோரும் இல்லை. ஆனால் பூவுக்கு இரண்டு அல்லது மூன்று முறை இரசாயன உரங்கள் இட்டனர். பூச்சிக்கொல்லிகள் அடித்தனர். இந்திய விவசாய விஞ்ஞானிகளும் பன்னாட்டு இரசாயன உர நிறுவனங்களும் பூச்சிக்கொல்லி நஞ்சு நிறுவனங்களும் நடத்திய வர்மானிய தாக்குதல்களை அவனால் உணரமுடியவில்லை.

நாஞ்சில் நாட்டு மண்ணின் மண்புழு என்ற விவசாயத் தோழனும் அநேகமாக அழிக்கப்பட்டுவிட்டான். நம்மாழ்வார் போன்ற இயற்கை விஞ்ஞானிகள் சொல்வது – மண்புழுக்களில் மூன்று இனங்கள் உண்டென்றும், முதல்வகை வயலின் ஆழ்மட்டத்தில் உழுவது என்றும் இரண்டாவது மேல் மட்டத்தில் உழுவது என்றும் மூன்றாவது மேலும் கீழுமாக உழுவது என்றும். என்ன செய்ய, இன்று எல்லாம் காலம் கடந்தல்லவா போய்விட்டது?

மாடுகளுக்கும் வெள்ளாளர்களுக்கும் இருந்த உறவென்பது என்று துவங்கியதென்பதற்கு ஆதாரங்கள் இல்லை. ஆனால் இன்று தொடரவில்லை. தொழுப்பிறப்பு கன்றுக்குட்டி என்றும் கிடேரி என்றும் காளையங்கன்றுகள் என்றும் பால்மாடுகள் என்றும் தொழு நிறைந்து கிடந்த செல்வம் இன்று இல்லை. வைக்கோலுக்குக் கிடைக்கும் விலைக்காக அறுவடை ஆனதுமே வைக்கோற் படப்புகள் விலையாயின. வெள்ளாளர்கள் வைக்கோலை விற்று வட்டி கட்டினார்கள்.

தொழுப்பிறப்பு மாடு என்பது மங்கலமாகக் கருதப்பட்டது. அது வளர்ந்து வண்டி இழுத்து அல்லது கலப்பை நுகம் தாங்கி, வயசாகி, பற்கள் தேய்ந்து சவைக்கமுடியாமல் இரைதுப்பி, மாண்டு

போகும்வரை தொழுவில் கிடந்தது. செத்தபின் இலவசமாக இழுத்துக் கொண்டுபோகச் சொன்னதுடன், கொண்டுபோகக் காசும் கொடுத்தனர். தோலுக்கு விலை வாங்குவதில்லை. கருமத்த மாடாக இருந்தால், தொடைக்கயிறு வாங்கினார்கள் பிரதி உபகாரமாக. கலப்பையையும் நுகத்தையும் சேர்த்து இறுக்க எருமை மாட்டுத் தோலாலான துடைக்கயிறு வசதியாக இருந்தது. இப்போது எந்த வெள்ளாளன் தொழுவிலும் தொழுப்பிறப்பு மாட்டைக் காண முடிவதில்லை. வயசாகிப் போனால், அடிமாட்டுக்கு, அண்டை மாநிலமான கேரளத்துக்கு இறைச்சிக்கு விற்கும் மனநிலை வந்துவிட்டது. கயிறு கட்டி அந்நியன் இழுத்துக் கொண்டு போகும்போது, தான் பிறந்த தொழுவையும் களத்தையும் ஆற்றங்கரை மேடுகளையும் வயல்வெளிகளையும் உறவினர் போலெண்ணிய உரிமையாளர்களையும் கிழட்டுப் பசுவோ எருமையோ கண்ணில் நீர்வடியத் திரும்பித் திரும்பிப் பார்த்துக்கொண்டு போகும் காட்சி மனத்தை அறுப்பதாயுள்ளது. செத்த மாட்டின் தோலுக்கும் பேரம் பேசுகின்றனர். கருமத்த மாட்டின் தொடைப் பகுதித் தோலைக் காயவைத்துத் தயாரித்த தொடைக்கயிறுகள் எலி கடிக்காமல் தொங்கிக்கொண்டிருக்கும் மூலைப்பனங்கைகள் மூளியாகக் கிடக்கின்றன.

வீட்டில் எருமை ஈன்றால் மாடு மேய்ப்பவனுக்குத் தலை நிறைய வழிந்து சொட்டும்படித் தேய்க்க நல்லெண்ணெய் கொடுத்தனர். சீம்பால் கொடுத்தனர். யாராவது தலைநிறைய எண்ணெய் தேய்த்து நடந்தால், “என்னலே, உங்க வீட்லே எருமை ஈணியிருக்கா?” எனக் கேலிபேசும்படியாக அந்த வழக்கம் இருந்திருக்கிறது. இன்று எருமைகளின், எருமைக்கடாக்களின் நடமாட்டம் குறைந்துவிட்டது.

நாஞ்சில் நாட்டு வெள்ளாளர்கள் இன்று ஒருமனதாக வந்திருக்கும் முடிவு, விவசாயத்தில் எந்த லாபமும் இல்லை என்பது. ‘உழவன் கணக்குப் பார்த்தால் உழவுக் கம்புதான் மிச்சம்’ என்பது பழைய வழக்கு. இன்று உழவுக் கம்பும் பணயம் போய்விட்டது.

ஓரிணை ஏர் எருமைக்கடாக்கள் பன்னிரண்டாயிரம். நல்ல ஜோடி வண்டிமாடுகள் பதினைந்தாயிரம். எழுபது கிலோ கடலைப் புண்ணாக்கு மூடை எண்ணூற்று இருபது ரூபாய். எழுபது கிலோ தவிடு மூடை நூற்றைம்பது ரூபாய். நாற்பதுகிலோ பருத்திக் கொட்டை மூடை ஐநூற்றுப்பத்து ரூபாய். நெல்லைப் புழுங்கி, ஆலாட்டி, காயப்போட்டு, மில்லில் குத்தியது போக, தற்போது சாக்கரிசி வாங்குவது எளிதாக இருக்கிறது. மாட்டின் தண்ணீர்த் தொட்டியில் கலக்கும் தீட்டுத்தவிடுகூட விலைக்கு வாங்குகிறான். உமிக்கரி நீற்ற உமி வேண்டுமானால் அரிவட்டியைத்

தூக்கிக் கொண்டு வீடுவீடாக அலைய வேண்டியிருக்கிறது. காய்ச்சல் வந்து குணமாகிய பிள்ளைக்குச் சுடச்சுட நீர்த்துப் பாகமாகக் குருணைக்கஞ்சி வைத்துக் கொடுக்க வீட்டில் குருணை கிடையாது. நினைத்தபோது கோழிகளுக்கு ஒருகை பொடி அரிசி அள்ளிவீசிவிட முடியாது.

உழவுக்கூலி, நடவுக்கூலி, வரப்புப் பிராவக்கூலி, களை பறிக்கூலி, ஊடுகோரிப் போடக்கூலி, எலிக்கலயம் போடக்கூலி, ஊத்தாங்கால் வைக்கக்கூலி, அறுப்புக்கூலி, அடிப்புக்கூலி கட்டுப்படி ஆகவில்லை. நிறைய நெல்வயல்கள் வாழைத் தோட்டங்களாகவும் தென்னந் தோப்புக்களாகவும் மாறிவருகின்றன. வாழையும் தென்னையும் போட்டால் பணம் வாரிவிடலாம், காலாட்டிக் கொண்டே இருந்து சாப்பிடலாம் என்ற கணக்கிலும் எங்கோ வழி தப்பிவிட்டது. நல்ல பெரிய தரத்துக் காய்க்கு விவசாயிக்குக் கிடைக்கும் விலை இரண்டேகால் ரூபாய். அதுவும் ஒருமாதத் தவணையில் பணம் பெற. நகரத்துக் கனவான் அதே தேங்காய்க்குத் தரும் விலை ஆறு ரூபாய். இதே கணக்குத்தான் வாழைக்குலைக்கும் வெள்ளரி மூடைக்கும். அதாவது வியாபாரிகள் நுங்கு குடிக்கிறார்கள், தூக்கி வீசும் நுங்குக் கூந்தலை நக்குகிறவன் விவசாயி.

மரபு ரீதியான விவசாயம் இயற்கை சார்ந்தது, உழைப்பு சார்ந்தது என்றும் நவீனம் என்பது 'நாய் வாய்வைத்த கஞ்சி' என்றும் அவனுக்குத் தெரிகிறது. என்றாலும் மடங்கிப்போக வழி தெரியவில்லை.

நாஞ்சில் நாட்டு வெள்ளாளருக்கு விவசாயம் தவிர வேறேதும் பெரிய அளவில் செய்யத் தெரியவில்லை. ஆங்காங்கே கிராமங்களில் உதிரியாகப் பலசரக்குக் கடைகள், காப்பிக் கடைகள் இருந்தாலும் கணக்கில் எடுத்துக்கொள்ளும் விதத்தில் இல்லை. வியாபாரம் செய்யப்போன வெள்ளாளனைச் செட்டியார் என்று அழைக்கும் வழக்கம் இருந்தது உண்மை. வடசேரி கனக மூலம் சந்தையில் முன்பு பரவலாகக் காணக் கிடைத்த வெள்ளாள வியாபாரிகள் இன்று மருந்துக்கும் இல்லை. கன்னியாகுமரி மாவட்ட நாடார்களைப்போல அவர்கள் வியாபார நீக்குப் போக்குகள் தெரிந்தவர்கள் இல்லை. பணம் தங்கமாக மாறி உக்கிராணப் புரைகளில் இருந்தாலும் கொடுக்கல் வாங்கல்களிலோ, சிறுதொழில்களிலோ அவர்கள் இன்றளவும் ஊக்கம் காட்டியதாகத் தெரியவில்லை. அன்றும் இன்றும் வெள்ளாளர்களின் உளப்போக்கு இதில் மாறாமல்தான் உள்ளது. முதலுக்கே மோசம் வந்துவிட்டால் என்ன செய்வது என்று யோசித்து யோசித்தே முதலை மோசம் போகச் செய்துகொண்டார்கள்.

வெள்ளாளர் கல்வியும் இளைஞர்களும்

ஆண்களும் பெண்களும் எழுதப்படிக்கத் தெரிந்தவராய் இருந்தனர். எல்லாச் சிற்றூர்களிலும் சுதந்திரத்துக்கு முன்பே பள்ளிக்கூடங்கள் இருந்தன. ஊருக்கு ஏழெட்டுப்பேர் இன்டர்மீடியட், ஸ்கூல் ஃபைனல், எஃப்.ஏ. படித்தவர்கள் இருந்தனர். கிறிஸ்துவப் பாதிரிமார்கள், திருவிதாங்கூர் மன்னர்கள் ஏற்படுத்திய உயர்நிலைப் பள்ளிகள் இருந்தன.

அரைகுறைப் படிப்புடைய 'அறிவாளிகள்' நிறையப்பேர் இருந்தனர். இளக்காரத்தொனியும் யாரையும் எடுத்தெறிந்துபேசும் இயல்பும் தலைவணங்காத் தன்மையும் பிறரை மதிக்காத தன்மையுங் கூட அவர்களிடம் இருந்தன. இன்னொருத்தன் முன் கைகட்டி நின்று சேவகம் செய்வதை இழிவாகக் கருதும் மனோபாவம் இருந்தது. அதனால் படித்தும் வேலைக்குப் போகாதவர்கள், வேலைக்குப் போனாலும் நின்று நிலைக்காதவர்கள், பார்த்த வேலையைச் சுண்டு சொல் பொறுக்காமல் வீசிவிட்டு வந்தவர்கள், வேலைக்குப்

போவதைக் குறைச்சல் என்று எண்ணியவர்கள் நிறையப் பேர் இருந்தனர். அப்படியே வேலையில் தொடர்ந்தாலும் தவறுகள் செய்து சமூகத்தில் கெட்ட பெயர் வாங்கிவிடக்கூடாது என்ற அச்சம் இருந்தது. எனவே ஊழல், கையூட்டு, அன்பளிப்பு, மாமூல் தலைசுற்றி ஆடுகிற காலத்திலும்கூட, வெள்ளாளர் குறைந்தபட்ச அயோக்கியத்தனம் மட்டுமே செய்யும் பணியாளர்களாக இருந்து வந்தனர்.

நிலங்கள் கொஞ்சங் கொஞ்சமாகத் தேய்ந்து பொருளாதார நலிவு. உயர்சாதி என்ற அடையாளம் சுமையாக இருக்கிறது. அரசியல் செல்வாக்கு காரணமாகத் தமிழகத்தின் பிறபகுதி வெள்ளாளர்கள் பிற்படுத்தப்பட்டோர் பட்டியலில் இருக்க, இவர்கள் நெருக்கடிக்கு ஆளாக்கப்பட்டிருக்கிறார்கள். அன்றாடம் காய்ச்சும், கோட்டைக்கடன் வாங்கும், ரூபாய்க்கு ஓரணா வட்டிக்கு – அரிசிபோட்டு வைக்கும் செம்புப்பானையைப் பணயம் வைக்கும், முப்பது ரூபாய் கூலிக்குக் களைபறிக்கப்போகும், தாரு சுற்றப்போகும், நெய்த்துக்குப் போகும், ஓட்டல்களில் பரிமாறும், கொத்தவேலைக்குக் கையாளாகப் போகும், மண் சுமக்கும், மணல் சுமக்கும் வெள்ளாளனுக்கும் வெள்ளாடிச்சிக்கும் பிறந்த பிள்ளைகளுக்குக் கல்விச் சம்பளச் சலுகைகள், நுழைவுக் கட்டணச் சலுகைகள், வேலை வாய்ப்புச் சலுகைகள் எதுவும் கிடையாது. சொந்தத் திறமை மட்டுமே அவர்கள் தகுதி. பண்பாட்டு அடையாளங்கள் முடிதிருத்தகத்துக் குப்பைகள் என்பது அவனுக்குத் தெரிவது இல்லை.

சாதிக் கௌரவங்கள் காரணமாக, உழவு சார்ந்த தொழில் களைத் தவிர வேறு வேலைகளுக்கு நாஞ்சில் நாட்டு வெள்ளாளர் முன்பு போனதில்லை. வெளியூருக்கு வேலைக்குப் போவது என்பது வெறுக்கத்தக்க ஒன்றாக இருந்து வந்திருக்கிறது. அப்படியே தப்பித் தவறிச் சென்றாலும் ஒருமாதம் ஆகும் முன்பே ஊரிலிருந்து கடிதம் போகும் – “மக்கா! உனக்கு சாப்பாட்டுக்கு கஷ்டம்ணா நீ திரும்பி வந்திரு. இங்கிணயே என்னவாம் பாத்துக்கிடலாம். அப்பிடிக் கஷ்டப்பட்டு வேலை செய்யணும்ணு நமக்கு தலையெழுத்து இல்லை” என்று.

வெளியூரில் தூராத் தொலையில் வேலை செய்தவர்களுக்கு யாரும் பெண் தர முன்வந்ததில்லை. அதைவிட ஆற்றில் குளத்தில் பெண்ணைக் கொண்டுபோய்த் தள்ளிவிடுவது நல்லது என்றார்கள். பம்பாயில் வேலைபார்த்த எனக்கு இதில் நேரடி அனுபவம் உண்டு.

“தூராதொலையிலே கெட்டிக்குடுத்தா, ஒரு மண்டையிடி காய்ச்சல்னா ஓடிப்போயிப் பாக்கவா முடியும்?” எனத் தாய்மார்கள் சமாதானம் சொன்னார்கள்.

அன்று அறுத்தடிக்க, சூடடிக்கக் கூட அரிதாகவே சென்றனர். இன்று கொத்தவேலைக்குக் கையாளாகச் செல்லும் அளவுக்கு அவர்கள் கர்வங்கள் பங்கப்பட்டு வருகின்றன. களை பறிக்கவும் உரம் சுமக்கவும் போகிற வெள்ளாடிச்சிகள் இன்று அபூர்வம் அல்ல. பயிருக்கும் களைக்குமான வேறுபாடுகளை வெள்ளாடிச்சிகள் கற்றுக்கொண்டனர். என்றாலும் ஒன்றில்லாவிட்டால் இன்னொன்று என்கிற எதிர்நீச்சல் உணர்வு அவர்களிடம் குறைவாக இருப்பதால் சோம்பித்திரியும் இளைஞர்களைத்தான் அதிகமாகக் காண்கிறோம். ஊக்கமுடன் தொழில் செய்ய முனையும் மனோபாவம் இன்னும் ஏற்படவில்லை. ஆனால் சோற்றுக்கவலை கண்களில் குறிகாட்டுவதை சமீபகாலமாகக் காண்கிறேன். வேறு வழிகள் அற்று, பொருளாதாரப் படிகளில் உருண்டு கீழிறங்க நேர்கையில், நெருக்கடிகள் முன்னின்று அச்சுறுத்துகையில், அவர்கள் திகைத்துப்போய் நிற்பதைக் காண்கிறேன்.

டாக்டர்கள், இன்ஜினியர்கள் எல்லாம் இந்தச் சமூகத்தில் மிக அரிதாக இருந்தனர். காரணம் சமீபகாலம்வரை அங்கு பொறியியற் கல்லூரி கிடையாது. மருத்துவக்கல்லூரி இன்றும் கூட வந்து சேரவில்லை. தொழிற்கல்வி நிறுவனங்கள் பெருமளவில் ஏற்பட்ட பிறகுதான் பொறியியற் கல்வி பரவலாக அவர்களுக்குக் கிடைத்தது. மருத்துவக்கல்வி என்பது இன்னும் நாஞ்சில் நாட்டு இளைஞனுக்கு எளிதான வாய்ப்பாக இல்லை.

கிராமங்களில் பெரிய வேலை பார்ப்பவர்கள் என்றால் பள்ளி ஆசிரியர்களும் போக்குவரத்துக்கழக நடத்துனர்களும்தான்.

ஆனால் 1940 களிலிருந்தே நாஞ்சில் நாட்டுக் கிராமங்களில் திவான் சி.பி. ராமசாமி ஐயர், வ.உ. சிதம்பரம்பிள்ளை, காந்தி, ஜவகர்லால் நேரு பெயர்களில் வாலிபர் சங்கங்கள், புத்தகாலயங்கள், வாசிப்புச்சாலைகள் தொடங்கி நடைபெற்று வந்திருக்கின்றன. திருவிதாங்கூர் மன்னர்களின் அரச முத்திரையான சங்கும் யானைகளும் பொறிக்கப்பட்ட முகப்புகளுடன் மார்த்தாண்ட வர்மா, மூலம் திருநாள், சித்திரைத் திருநாள் மன்னர்களின் பெயரில் இன்றும் வாசிப்புச்சாலைகளைக் காணலாம்.

முன்னாள் வெள்ளாள இளைஞர்கள் தந்தையர் தொழிலைத் தயங்காமல் கற்றுக்கொண்டனர். பின்னர், படித்தவன் – படித்தது பள்ளி இறுதி வகுப்புத்தான் என்றாலும் – உழவு வேலைக்குப் போகலாகாது என்றொரு மனோபாவம். நாஞ்சில் நாட்டுக்கு அறுக்க, சூடடிக்க வரும் நாடார் சமூக இளைஞர்களில் பலர் எனக்கு அன்று பரிச்சயமானவர்கள். அவர்களில் சிலர் பட்ட தாரிகள். ஆனால் வெள்ளாளப் பட்டதாரி இளைஞன் சொந்த வயலுக்குப் போவதையே குறைச்சலாகக் கருதினான். தந்தையர் மனோபாவமோ, "நம்ம காலந்தான் மண்ணுலே கெடந்து

செல்லாக்கியாச்சு. அவனும் என்னத்துக்குத் தொழித்தண்ணி குடிக்கணும்" என்ற ரீதியில் இருந்தது.

எந்த வேலையும் செய்யாமல் உண்டு உறங்கிப் பொழுதைக் கழிக்கும் பட்டதாரி இளைஞர்கள் எல்லா கிராமங்களிலும் கனபேர் உண்டு. அரசாங்க வேலையே வாழ்வின் குறிக்கோள் என்று ஆகிவிட, வேறு எந்தத் தொழிலும் செய்ய ஊக்கமும் முயற்சியும் அற்றுப்போய், சோம்பல் குடிகொண்டு, சோர்ந்து கிடக்கிறார்கள். அரசாங்கம் மேற்படிப்புக்கும் வேலை வாய்ப்புக்கும் உதவியாக இல்லை என்பது படிக்கும் இளைஞர் மனத்தை நோய்போல் அரித்து, படிப்பிலும் கூட அக்கறை அற்றவர்களாகச் செய்கிறது.

முப்பது ஆண்டுகளுக்கு முன்னால் கள், சாராயம், அரிஷ்டம் என்ற சுவர்முட்டிக் கஷாயம் குடிப்பது கிராமங்களில் மறைவாகவும் அரிதாகவும் அச்சத்துடனும் நடந்தது. திராவிடர்களையும் தமிழர்களையும் மேல் நோக்கிச் செலுத்த வந்த திராவிடக்கட்சிகள் மதுபானங்களை அறிமும் செய்தபின், இளைஞர்களை இந்தப் பழக்கம் வெகுவாகப் பாதித்திருக்கிறது. மாட்டிறைச்சி தின்பது தகாது என ஒதுக்கியவர்களது பிள்ளைகள் கிராமத்து வாசல்களில் தப்பாமல் தோன்றி இருக்கும் புரோட்டா சால்னாக் கடைகளில் சாயங்காலங்களில் காணக்கிடைக்கிறார்கள். உழைப்பு உயர்வானது என்றும் உடலுழைப்பு அவமானகரமானதல்ல என்பதும் உறைக்க இன்னும் சில காலம் ஆகலாம் போலிருக்கிறது.

சினிமா என்பது ஒரு போதைப் பழக்கமாய் மாறிவிட்ட நிலையில், முடிகள் சிலுப்பிக்கொண்டும் ஸ்டைல்கள் காட்டிக் கொண்டும் திரியும் கிராமத்து படித்த இளைஞனைக் காண பாவமாக இருக்கிறது. எந்த இனமானத் தலைவர் இவர்களைக் கரையேற்றப் போகிறார் என்றும், எந்த சுவாமி கிருபானந்தா இவர்களுக்கு வழிகாட்டப் போகிறார் என்றும், இவர்கள் மீது உண்மையான கரிசனம் கொண்ட சமூகத் தலைவர் எப்போது தோன்றுவார் என்றும் யோசித்தால் கவலை ஏற்படுகிறது.

வழிபாடுகளும் சடங்குகளும்

நாஞ்சில் நாட்டு வெள்ளாளர்கள் பெரும்பாலும் முத்தாரம்மனையும் சுடலைமாடனையும் வழிபட்டு வந்தனர். அம்மன் கோயில் இல்லாத வெள்ளாள ஊர் இல்லை என்று சொல்லிவிடலாம். அவ்வாறே சுடலைமாடனும். தவிர எல்லா ஊர்களிலும் முப்பிடாரி, சந்தனமாரி, சூலைப்பிடாரி, பத்ரகாளி, இசக்கி, புலைமாடன், புலைமாடத்தி, பூவத்தான், மாடன் தம்பிரான், தவசித் தம்பிரான், ஒளிமறவன், சாம்பான், வியர்வை புத்திரன், சிவன் அணஞ்சபெருமாள், வைரவன், பேய்ச்சி அம்மன், முண்டன், கழுமாடன், முத்துப்பட்டன், பன்றி மாடன், அரவணைப்போற்றி போன்ற சிறுதெய்வங்கள் சிலவோ பலவோ வழிபடப்பட்டு வந்தனர். ஊர்த்தெய்வங்களுக்குப் புறம்பாக, கன்னியாகுமரி பகவதி, மண்டைக்காட்டுப் பகவதி, மேலாங்கோட்டு இசக்கி, முப்பந்தல் இசக்கி, ஔவையாரம்மன், குமாரகோயில் முருகன், மருங்கூர் முருகன், வெள்ளிமலை முருகன், திருச்செந்தூர் முருகன், சித்தூர் தளவாய், தென்கரை மகராசன், நாகரம்மன் ஆகிய தெய்வங்களும் பொதுவாக வழிபடப்பட்டு வந்தன.

வீடுகள் தோறும் மாடசாமி, புலமாடன், சுடலைமாடன், இசக்கியம்மை, பேச்சியம்மை, காளியம்மை, பூவத்தான், தென்கரை முத்து, வைரவன், மாடன், தவசி, பகவதி அம்மை எனும் பெயர்களில் மனிதர்கள் இருந்தனர்.

அம்மன் பிறப்பும் சித்திரபுத்திர நயினார் நோன்பும் சிறப்பான வழிபாடுகளாக இருந்தன.

சிவன், பார்வதி, கிருஷ்ணன், மகாலட்சுமி போன்ற தெய்வ வழிபாடுகள் வெள்ளாளர்களிடையே அவ்வளவு பரவலாக இருக்கவில்லை. நாஞ்சில் நாட்டு வெள்ளாள ஊர்களான பூதப்பாண்டி, தாழக்குடி, சுசீந்திரம், திருப்பதிசாரம், நாகர்கோவில், பறக்கை, கிருஷ்ணன்கோவில் ஆகிய ஊர்களில் சிவ, வைணவத் திருத்தலங்கள் இருந்தாலும் அவை அந்தணர் சமூக வழிபாட்டு முறைகளில் இருந்தன.

சிறு தெய்வ வழிபாடுகளில்தான் வெள்ளாளர் மனம் ஒன்றிக் கிடந்தனர். சிறு தெய்வங்கள் அவர்களின் நம்பிக்கைக்குப் பாத்திரமானவர்களாக, தைரியம் தருபவர்களாக, தோழர்களாக, சாட்சியாக, காவலாக நின்றனர். கணவன் மனைவி பிணக்கின்போது தூது கூடப் போயிருக்கலாம்.

"என்னை ஏமாத்தீட்ட இல்லா? அந்த சொள்ளமாடன் கேக்கட்டும்!"

"தைரியமா இரி மக்கா. நம்ம கூட சொள்ளமாடன் உண்டும்!"

"முப்பிடாதி சாட்சியா நான் அதை எடுக்கல்லே."

"எம்பிள்ளை சொகமே பெத்துப் பொழைக்கட்டும், புலமாடா, ஒனக்கு பொங்கலு விட்டு சாவலு அறுக்கேன்."

"அவன் சொல்லுவழி கேக்க மாட்டான். நாசமாப் போவானை சொள்ளமாடனுக்கு நேந்து விட்டாச்சு."

"இது என்னப்பா, மயானக் கொள்ளையால்லா இருக்கு?"

என்பன சாதாரணமாகக் கேட்கும் உரையாடல்கள்.

எங்கு பயணம் போனாலும் சுடலைமாடனுக்கு ஒரு கும்பிடு உண்டு, நேர்ச்சை உண்டு. மாப்பிள்ளை அழைத்து, பெண் அழைத்துப் போகும்போது சுடலைமாடனுக்கும் அம்மனுக்கும் 'வெடல்' தேங்காய் உண்டு.

பக்தி இருந்தது. பயமற்றும் இருந்தனர். வானமே கூரையாய் வான்காற்றே சுவர்களாய் நிற்கும் சுடலையின் பீடம் நின்ற மேடையில், அவனுக்குக் குண்டியைக் காட்டிக்கொண்டு அமர்ந்து 'பாடு' பேசினார்கள். வெற்றிலை – பாக்கு – சுண்ணாம்பு –

யாழ்ப் பாணப் புகையிலை, பொடித்தடை, பீடிக்கு நெருப்பு பகிர்ந்து கொண்டனர். காடு கரைகளில் நிற்கும் சுடலை எனில், தூக்கு வாளியைத் திறந்து மூடியில் துவையலோ, ஊறுகாயோ, பழங்கறியோ வைத்துக் கொண்டு 'பழஞ்சி' குடித்தனர். சுடலை அவர்களுக்குக் காவல், ஆனால் போலீஸ் அல்ல.

பெருந்தெய்வ வழிபாடுகள் எல்லாம் மிகச் சமீப காலத்தில் வந்து சேர்ந்திருக்க வேண்டும். இன்றும் அவன் வாழ்வில் அது ஆழமாக ஆதிக்கம் செலுத்துவதாகத் தெரியவில்லை. ஆனால் முருகன் வழிபாடு என்றும் பிரதான இடத்தில் இருந்தது. சுற்றுவட்டாரங்களில் – குமாரகோயில், மருங்கூர், வெள்ளிமலை, தோவாளை, ஆரல்வாய்மொழி, செக்கடிமலை என முருகன் கோயில்கள் இருந்தன. 'சூரன்பாடு' முக்கியமான திருவிழாவாக இருந்தது. திருச்செந்தூர் போகாத வெள்ளாளன் இல்லை. அங்கு 'பச்சை சாத்து' வெள்ளாளர் வழிபாடாகவே இருந்தது. ஒடுக்கத்திய வெள்ளிக்கிழமைகள் முருகனுக்கானது.

ஆனால் வெறும் சுடலைமாடன் இப்போது ஸ்ரீ சுடலை மாடனாகவும் கண்டாங்கி உடுத்த பேச்சியம்மன் ஸ்ரீ பேச்சியம்ம னாகவும் மாறியுள்ளனர். சுடலைமாடன் கோயில் என்பது சுடலைமாடன் தேவஸ்தானம் ஆகியுள்ளது. ஆடுகோழி தின்பவன் பொங்கல், கடலை, சுண்டலுக்கு மாறிக்கொண்டிருக்கிறான்.

அமாவாசை பௌர்ணமிகளில் கன்னியாகுமரிக்குப் போவது, தை அமாவாசை, ஆடி அமாவாசைகளில் சிறப்பு வழிபாடுகள் செய்வது, நீத்தார் கடன் செய்து கடல் நீராடல் ஆகிய நடை முறைகள் இருந்திருக்கின்றன.

நெல் விவசாயம் சார்ந்த சடங்குகள் ஏராளம். நல்லப்பம் ஏர், நாள்வித்து, நல்லப்பம் விதைப்பு அல்லது நடவு, நாட்கதிர் எனும் கதிர் நிறை, புத்தரிசி என. திருமணம் சார்ந்த சடங்குகள் – வெற்றிலை பாக்கு மாறுதல், நிச்சய தாம்பூலம், தாலிக்குப் பொன்னுருக்கு, வெஞ்சனம் இடித்தல், கோட்டை அடுப்பு கூட்டுதல், பந்தல் கால் நாட்டுதல், பெண் அழைப்பு, மாப்பிள்ளை அழைப்பு, மணமேடை மெழுகுதல், காப்புக் கட்டுதல், தாலிகெட்டு, உடன் மறுவீடு, நாலாம் நீர், நலங்கு, சுருள் வைப்பு – அதில் விநாயகர் சுருள், மாமியார் சுருள், மதனி சுருள், மைத்துனன் சுருள், அழைப்புச் சுருள், பக்கச்சுருள், எதிர் சுருள் – தாரை வார்த்துக் கொடுத்தல், ஏழாம் நீர், காப்பறுத்தல், பிள்ளை மாற்று, மறுவீடு, அடுக்களை காணல், இரண்டாம் மறுவீடு, முளை கரைத்தல், தாலிபெருக்குதல் எனப் பலப்பல. கர்ப்பம் தரித்தபின் சீமந்தம், சட்டிபானை தொடுதல், எச்சி பிரட்டல், காது குத்து, எழுத்துக்கு இருத்துதல். பெண்பிள்ளைகள் பருவம் எய்தினால் தலைக்குத் தண்ணீர் விடுதல், சடங்கு . . .

இறப்பு நேர்ந்தால், காடாத்து, கிழமை முறைகள், கல்லெடுப்பு, நன்மைக்கு இருத்துதல், நாற்பத்தொன்று, ஆண்டுத் திவசம் . . .

வீடு கட்டுவதானால் வானம் தோண்டுதல், நிலைவிடுதல், வெட்டி முறிப்பு, பால் காய்ச்சு . . .

கோயில் கொடையானால் வரி எழுத்து, கால் நாட்டுதல், குடி எழுப்பு, மஞ்சள் நீர், படப்புப் போடுதல், பூ எடுப்பு, வாகனம் எடுப்பு, உச்சிக்கொடை, மஞ்சள் நீராட்டு, வாழிபாடுதல், எட்டாம் கொடை ...

அமாவாசை, ஒடுக்கத்திய வெள்ளி, ஆவணி ஞாயிறு, ஆடிச் செவ்வாய், கார்த்திகைச் செவ்வாய், புரட்டாசிச் சனி என விரதங்கள்.

பண்டிகை நாட்கள் என நயினார் நோன்பு, சூரன்பாடு, கந்த சஷ்டி, திருவோணம், நம்பிரான் விளையாட்டு, காளி ஊட்டு, அம்மன் அல்லது சுடலை மாடன் கோயில் கொடைகள், தை அமாவாசை, மாசி மகம், பங்குனி உத்திரம், சித்திரை பத்து, வைகாசி விசாகம், ஆடி அமாவாசை, ஆடி அறுதி ...

பண்டிகைகள் என தைப்பொங்கல், சித்திரை வருடப் பிறப்பு, தீபாவளி இவற்றுடன் திருவோணமும் கொண்டாடினார்கள். ஆடிப் பதினெட்டாம் பெருக்கு நாஞ்சில் நாட்டில் பண்டிகையாகக் கொண்டாடப்பட்டதில்லை.

தீபாவளி அன்று தீபாவளிப் படிவாங்க வண்ணார், நாவிதர், வயல்வேலை – களத்துவேலை பார்க்கும் சாம்பவர் வீட்டுப் பெண்கள் வருவார்கள். இட்லி வாங்க நார்ப்பெட்டி, எண்ணெய்ப் பலகாரங்கள் வாங்க பனையோலைப்பெட்டி, தூக்குவாளியில் நல்லெண்ணெய் எனத் தாராளமாகக் கொடுத்து அனுப்பினார்கள். இன்று பண்டமாகக் கொடுப்பதுமில்லை, பெற்றுக்கொள்வதும் இல்லை. பணமாகத் தருகிறார்கள்.

மொழிவாரி மாநிலங்கள் அமையும் வரை திருவோணம் முக்கியமான பண்டிகை. ஓணக்கோடி, மஞ்சள்முண்டு உடுத்த சிறுவர், ஓண ஊஞ்சல் எல்லாம் இருந்தது. இன்று அந்தப் பண்டிகை நிறம் இழந்துவிட்டது.

சித்திரைக் கனி காணலும் விஷுக் கைநீட்டமும் இன்னும் வழக்கத்தில் இருக்கிறது.

வெள்ளிக்கிழமைக்கு முக்கியத்துவம் உண்டு. அன்று கடைகள், சிறு தொழிற்கூடங்கள், நெய்த்துப்பட்டறைகள் எல்லாம் விடுமுறை. ஞாயிறு விடுமுறை என்பது 1947 க்குப் பிறகு வந்த விஷயம்.

செத்துப்போனவர்களை எரித்தல் வழக்கமாக இருந்தது. ஆறடி நீளம், மூன்றடி அகலம், மூன்றடி ஆழக் குழி ஒன்று கிடக்கும்

நாஞ்சில் நாட்டு வெள்ளாளர் வாழ்க்கை

நிரந்தரமாக. ஆற்றங்கரை அல்லது குளத்தங்கரை ஓரமாக. மொத்த சமுதாயத்துக்கும் பொதுச் சுடுகாடு. மண்தூர்ந்து எருக்கு, பீநாறிச் செடிகள் முளைத்துக் கிடப்பதைத் துப்புரவு செய்துவைக்க வெள்ளாளர்களே போவார்கள். நாஞ்சில் நாட்டில் வெட்டியான் என்றொரு இனம் கிடையாது. பிணம் எரிக்க குடிமகன் மட்டும் கூட நிற்பான். பிணம் குளிப்பாட்ட, பாடைகட்ட, பாடை சுமக்க எல்லாம் வெள்ளாளர்களே செய்துகொண்டார்கள்.

கீறிப் பிளக்க முடியாமல், வீடுகளில் களத்தின் மூலைகளில் மாட்டுத் தொழுவின் மூலைகளில் கிடக்கும் முண்டு விறகுகளைச் சேகரித்து, சுடுகாட்டுக்குழியில் கீழே நிரப்பாக அடுக்குவார்கள். அதன்மேல் சுக்காகக் காய்ந்த தேங்காய்க் கதம்பை. அதன்மேல் பிணம். மறுபடியும் தேங்காய் கதம்பை, வைக்கோல் போட்டு மூடிப்பொதிந்து, மண் குழைத்துப் பரத்தி மெழுகி விடுவார்கள்.

தீராத நோயாளிகள் சாதாரணமாகப் புலம்புவது, “இனி கதம்பைத் தைலம் இறக்கினால்தான் சொகக்கேடு மாறும்” என்பது. கவனியுங்கள், நாஞ்சில் நாட்டில் நோய் அல்ல, வியாதி அல்ல, சீக்கு அல்ல, ரோகம் அல்ல, சுகக்கேடு. ஆம், சுகக்கேடுதான்.

பிணத்தின் கால்மாட்டில் இறந்துபோனவர் தாய் ஆனாலும் தந்தை ஆனாலும் மூத்த மகன்தான் கொள்ளிவைப்பது. கொள்ளிவைத்தபின் அந்த இடத்தையும் ஈரமண் கொண்டு மூடி, புகை வெளியேற எட்டுத்திக்கும் துவாரம்போட்டு வைப்பார்கள். அரைமணி நேரத்தில் மதமதவென தீச்சுவாலைகள் பார்க்கலாம்.

குழந்தைகள் இறந்துபோனால், எந்த வயதானாலும், தலைப்பிள்ளை ஆனால் கூடவே நின்று சுட்டுக் கருக்கி, சாம்பலாக்கி ஆற்றில் கரைத்துவிட்டுத்தான் வீடு திரும்புவார்கள். தலைப்பிள்ளை மண்டையோட்டுச் சாம்பலில் துர் மந்திரவாதம் செய்ய மை தயாரிப்பார்கள் எனும் நம்பிக்கை இன்றும் உண்டு. மற்ற குழந்தை களானால் ஆற்றங்கரை, குளத்தங்கரைகளில் புதைத்தனர். வாலிப வயது எய்திவிட்டால் எரிப்புதான்.

சிவ தீட்சை வாங்கியவர்களை சமாதிநிலையில் அமரச் செய்து சொந்தத் தோப்பில் புதைத்து, மேலே கல்லால் சுற்றுக்கட்டி சிவலிங்கம் நட்டு ஆண்டுதோறும் குருபூஜை நடத்துவார்கள். எரிக்கத்தான் வேண்டுமெனில் முதலில் தீட்சையை இறக்க வேண்டும். இன்றும் அந்த வழக்கம் மாறவில்லை. ஆனால் சிவதீட்சை வாங்குபவர்கள் குறைந்து போனார்கள்.

மேலும் சாகக்கிடக்கும் உயிர் கைலாசம் போக வேண்டும் என தலைமாட்டில் உட்கார்ந்து திருவாசகம் படிக்கும் பழக்கம் இருந்தது. ஒரு காலத்தில் திருவாசகம் வாசிக்க தமிழ் படித்த ஆட்கள் நாஞ்சில் நாட்டில் இல்லையே எனக் கவிமணி புலம்பியதுண்டு.

இன்று தமிழ் தெரிந்தாலும் திருவாசகம் வாசிக்கத் தெரிந்தவர் சொற்பம். வாசிக்கும் பழக்கமும் நின்றுபோய்விட்டது.

மாசி, பங்குனி மாதங்களில் அறுவடை முடிந்து நஞ்சை நிலங்கள் காய்ச்சலுக்குக் கிடக்கும்போது, காய்ந்து இற்றுப்போன வாசறுமிண்டான் நெற்பயிரின் அறுத்த மூட்டுத்தாள்களைப் பொறுக்கிச் சுட்டபின்பு வயலின் நடுவில் திருநீற்று முட்டம் நீற்றுவார்கள்.

ஏற்கனவே மண்டைவெல்லம் போல் உருண்டை பிடித்துக் காயவைத்து எடுக்கப்பட்ட பசுஞ்சாண உருண்டைகளை கடவங்களில் வயலுக்குச் சுமந்து செல்வார்கள். சண்டு புடைத்த பதர்களை வயலுக்குச் சுமந்து, நிலத்தில் மெத்தைபோல் மூன்றடி விட்டமுள்ள வட்டத்தில் பரத்தி, அதன்மேல் சாண உருண்டைகளைப் பரத்தி அடுக்கி, அதன்மேல் மறுபடியும் சண்டு, சாவிப் பதர்களைப் பரத்தி, அதன்மேல் மறுபடியும் சாண உருண்டைகளைப் பரத்தி அடுக்கி, மீண்டும் . . .

ஆளுயரக் கூம்புபோலக் காட்சி அளிக்கும் மூட்டத்துக்கு ஒரு குறிப்பிட்ட நட்சத்திரத்தன்று தீ மூட்டி – கொழுந்துவிட்டு எரியாமல் சண்டு கனன்று கனன்று புகையும் இரண்டு மூன்று நாட்கள். பின்பு வெந்து தணியும் மெதுவாக. மழை பெய்யாமல் இருந்தால் பாக்கியம். பசுஞ்சாண உருண்டைகள் திருநீற்று முட்டங்களாக ஆறிக்கிடக்கும்போது கூம்பைப் பிரித்து மண்பானையில் அடுக்குவார்கள். வெள்ளாளன் வீட்டு அரங்குகளில் உப்புப்பானை, புளிப்பானை, நாரத்தங்காய் ஊறுகாய்ப்பானை, அடைமாங்காய் பானை போல் திருநீற்று முட்டப்பானையும் அடுக்கப்பட்டிருக்கும். ஓலை அல்லது ஓட்டுக்கூரையின் மூலையில், மூங்கில் அல்லது பனங்கையில், கொச்சக்கயிற்றில் இரண்டு பனையோலைப் பட்டை கள் தொங்கிக்கிடக்கும். ஒன்று உமிக்கரிப் பட்டை. இன்னொன்று திருநீற்றுப்பட்டை. முட்டத்தைப் பொடித்துத் தீரத்தீரப் போட்டுக் கொள்வார்கள்.

காலையில் பல் தேய்த்து முகம் கழுவியவுடன் திருநீற்றுப் பட்டையில் கைவிட்டு ‘சிவசிவ’ என்றோ ‘அப்பனே முருகா’ என்றோ, ‘பேச்சியம்மா’ என்றோ ‘சொடலைமாடா’ என்றோ பூசிக்கொள்வார்கள். மத்தியானம் குளித்துவிட்டு வந்து சாப்பிட உட்காருமுன், மாலையில் மேல்கழுவி வந்து சாயரட்சை மணி அடிக்கும் முன் . . .

எந்தச் சடங்கிலும் பெரியவர்கள் திருநீறு பூசுவது என்பது இன்றும் மாறாத வழக்கம். நிச்சயதார்த்தத்தன்று, தாலிக்குப் பொன்னுருக்கும்போது, பெண் அழைத்துப் போகையில், மாப்பிள்ளை அழைத்து வருகையில், தாலிகட்டு முடிந்ததும் மறுவீடு போகும்போது, சீமந்தம் நடக்கையில், சட்டிபானை

தொடுகையில், பிறந்த நாளில், சமைந்த சடங்கில், கருமாதி அடியந்திரம் முடிந்து நன்மைக்கு இருக்கும்போது, வீடுகட்டிப் பால்காய்ச்சுகையில் இன்றும் வெள்ளாளன் வீட்டில் திருநீறு பூசாத சடங்கு இல்லை. ஆனால் எங்கும் திருநீற்று முட்டம் நீற்றுவதாகத் தெரியவில்லை. கடையில் வாங்கும் திருநீற்றுப் பொட்டலங்களை எங்கு தயாரிக்கிறார்கள், அதன் கச்சாப்பொருள் என்ன, செய்முறை என்ன என்றெல்லாம் நமக்குத் தெரியாது. ஆனால் தினமும் கோயிலில் வாங்கிப் பூசும் திருநீறு, சந்தனம் அல்லது குங்குமம் நாட்பட நாட்பட வெள்ளாளர் – வெள்ளாடிச்சிகளின் நெற்றியில் தினமும் ஆறுநேரம் தொழுகை செய்யும் இஸ்லாமியச் சகோதரர் நெற்றிபோல் ஏற்படும் காய்ப்புபோலத் தழும்பு ஏற்படுத்துகின்றன.

சடங்குகளைப் பொறுத்தவரை ஏதும் பெரிய மாற்றங்கள் வந்ததாகத் தெரியவில்லை. திருமணச் சடங்குகளும் செலவுகளும் எளிமையாகும் என எதிர்பார்த்தது உண்டு. மாறாக அவை வலுப்பெற்றிருக்கின்றன. உடையவன் பொன்னும் பொருளும் செலவு செய்து போட்டு உடைக்கிறான் எனில் இல்லாப்பட்டவன் வயலை விற்றும் தென்னந்தோப்புகளை விற்றும் புரையிடங்களை விற்றும் அவனுடன் போட்டி போடுகிறான். திருமண நிச்சயதார்த்தம் என்பது இருதரப்பிலும் ஐம்பது அறுபதுபேர் கூடிச் செய்வது என்பது மாறி, முந்நூறு நானூறு பேர் பங்கேற்கும் நிகழ்ச்சியாகி விட்டது. தாலிக்குப் பொன்னுருக்கு அல்லது திருமாங்கல்யத்துக்குப் பொன்னுருக்கு என்பது மாப்பிள்ளை வீட்டில் காலையில் நடக்கும் சின்னச் சடங்கு. பெண் வீட்டார் இரண்டு மூன்றுபேர் போவார்கள். பெண்கள் போகமாட்டார்கள். இப்போது டிராவல்ஸ் வேன் வைத்து ஆட்களைத் தள்ளுகிறார்கள். முன்பு சடங்கு முடிந்தபின்பு சாப்பாடு போடப்படும். அவியல், பருப்பு, எரிசேரி முதலிய கறிகளுடன் உப்பிலிடு வகைகளுடன் பாயசமும் இருக்கும். இப்போது அந்தச் சடங்கு பெரும்பாலும் மாலையில் நடக்கிறது. சிற்றுண்டியாக பூரி மசாலா, புரோட்டா குறுமா, சில்லி பரோட்டா, ஃப்ரைடு ரைஸ் என ஏக முன்னேற்றம். தொடுகறிகளாகத் தயிரில் போட்ட வெங்காயம், பைனாப்பிள் ஜாம், உருளைக்கிழங்கு வறுவல். எழுபது வயதுப் பெரியவர் ஒருவர் நூடுல்ஸை பருப்புச் சோற்றில் பப்படம் போட்டுப் பிசைவதுபோலப் பிசைந்து கொண்டிருப்பதைக் காண எனக்கு சிரிப்பு வரவில்லை. வருங்காலம் ஹேம்பர்கர், பிட்சா, கென்டகி சிக்கன் எனப்போகும். காட்டெரு மைகளின் ஜனத்தொகை பற்றிய அறிவு எனக்கு இல்லை, ஹேம்பர்கர் செய்ய.

சமீபத்தில் நான் பங்கேற்றதோர் திருமண நிகழ்ச்சியில், தாலிக்குப் பொன்னுருக்கில், தனிப்பட்ட பந்தியில் ஓல்ட் மங்க்ரம் எவர்சில்வர் தம்ளரில் விளம்பினார்கள். திருமணத்துக்கு முந்திய இரவுகளில் பேச்சலர் பார்ட்டிகளில் சீமைச் சாராயம்

வழிந்தோடுவதாயும் பெண்ணின் தகப்பனாரே நேரில் நின்று மேற்பார்வை செய்கிறார் என்றும் சொல்கிறார்கள். ஒருவரின் அந்தஸ்து எத்தனை பவுன் நகை, எத்தனை ஏக்கர் நன்செய், எத்தனை லட்சம் ரொக்கம் என்பதில் தெரிவதுபோல, எத்தனை செம்பு அரிசி பொங்கினார்கள், எத்தனை பிரதமன் – மூன்றா, ஐந்தா, பால்பாயசத்துக்கு போளி போட்டார்களா, பூந்தி போட்டார்களா என்ற கணக்கில் போய்க்கொண்டிருக்கிறது.

முன்பு வீட்டு முற்றத்தில் மணமேடைபோட்டுக் கல்யாணம் நடந்தது. நெருங்கிய சுற்றமும் பெண்களும் சுற்றி நிற்பார்கள். பக்கத்து அறுத்தடிப்புக் களத்தில் மோட்டுக் காமணம் போட்டு, தரை மெழுகி, பந்திப்பாய் சமுக்காளம் விரித்து ஆண்கள் அமர்ந்திருப்பார்கள். ஆங்காங்கே வெற்றிலைத் தட்டுக்கள் இருக்கும். திருமணம் முடிந்தபின்பு பெண்ணும் மாப்பிள்ளையும் மாலையும் கழுத்துமாகப் பந்தலுக்கு வந்து இரட்டை நாற்காலியில் அமர்வார்கள்.

அவர்கள் அமரும் இடத்தின் பக்கவாட்டில் மேசை அலங்காரம் என ஒன்றுண்டு. தேக்குமர மேசை மேல் சமுக்காளம் மடித்துப் போட்டு, வெற்றிலைத் தாம்பாளங்கள், சீப்புச் சீப்பாய் பாளையங்கோட்டன் வாழைப்பழங்கள், பன்னீர் கும்பா, சந்தனக்கிண்ணம், குங்குமச் செப்பு, புகையும் ஊதுபத்திக் கட்டு, பூச்செண்டு எல்லாம் இருக்கும். மோட்டுக் காமணத்தின் பக்கச் சுவராக நிரையப்பட்டிருக்கும் முடைந்த ஓலைகளில் சளவோலைகள் செருகப்பட்டிருக்கும். ஓலை நிரைசலில்

நாஞ்சில் நாட்டு வெள்ளாளர் வாழ்க்கை

சாய்த்த பெரிய நிலைக்கண்ணாடி. முன்பு சித்திரைத் திருநாள் மகாராஜாவின் முழு உருவப்படம் இருந்தது. பின்பு மகாராஜா போய் மகாத்மா காந்தி வந்தார். மகாத்மா காந்தியும் போய் பெரியார், அண்ணா துரை வந்தனர். சமயங்களில் மகாராஜா, காந்தி, அண்ணா படங்களின் பக்கத்தில் செத்துப்போன பாட்டா பாட்டி படங்கள் இருந்தன. மாலையில் வரவேற்பு என்ற ஒன்று முன்பெல்லாம் இருந்ததே இல்லை.

இப்போது மோட்டுக்காமணமும் தட்டுக்காமணமும் கிடையாது. ஆக்குப்புரை இல்லை. எல்லாம் திருமண மண்டபங்கள். அனைத்தும் – மணமக்கள் தவிர – தயார் நிலை. மணமகளை சினிமா நடிகைபோன்ற போஸ்களில் புகைப்படங்கள், வீடியோ எடுக்கிறார்கள். முதலிரவுக்காட்சிகள் மட்டும் விலக்கு. தென்னை மரத்தைத் தழுவுவதுபோல் நிற்கச் சொல்கிறார்கள். நமக்கோ எல்லாம் அதிசயமும் அற்புதமும். மணமகளின் நெற்றிப் பொட்டில் நெஞ்சுக்கூட்டில் சிரிக்கும் மணமகன். மணமகனின் விரிந்த உள்ளங்கைகளில் செயற்கை நாணத்தில் மணமகள் என வீடியோ காட்சிகள்.

சினிமாப் பாடல் காட்சி படமாக்கப் போகிறார்களோ எனும் படியான திருமண வரவேற்புச் சோடனைகள். குமிழ் விளக்குகள், சரவிளக்குகள், குடைவிளக்குகள், சாண்ட்லியர், செயற்கை நீரூற்று, வெட்டி நாட்டப்பட்ட வாழைக்கன்றுகள், சளவோலை, கூந்தற் பனையோலை, செவ்விளநீர்க் குலைகள், செவ்வாழைக் குலைகள், சாரல்போல வீசும் பன்னீர் தெளிப்பு, செயற்கை மலர்த்தடாகம், பிரிட்டிஷ் குதிரை வீரர்கள்போல் உடையலங்காரம் செய்த பேண்ட் வாத்தியக்காரர்கள், மணப்பெண் மார்வாரி போல், சிந்திபோல், குஜராத்தி பனியா போல் உடையலங்காரம், கொண்டை அலங்காரம், நகை அலங்காரம், வாஷிங்டன் டி.சியில் அமெரிக்க அதிபரின் விருந்தில் கலந்துகொள்ளப் புறப்பட்டுப் போகும் ரீதியில் மணமகன் உடையலங்காரம். காசிருந்தால் கொடைக்கானல், ஊட்டி, குலுமனாலி, காஷ்மீர், சுவிட்சர்லாந்து போகலாம்தான்.

வெள்ளாளர் வீட்டு மணப்பெண்ணும் மணமகனும் பல்லக்கில் பட்டினப் பிரவேசம் செய்ததை நினைவுகூரும் பெரியவர்கள் உண்டு இன்னும் நாஞ்சில் நாட்டில். தொழில் முனைவோர் பல்லக்கும் சுமப்போரும் வாடகைக்கு விடும் வழி பற்றியும் ஆலோசிக்கலாம்.

திருமணம் நடந்த எட்டாவது நாளில் 'தாலி பெருக்கிப் போடுவது' என்றொரு சடங்கு உண்டு. அதாவது மஞ்சள் கயிற்றில் தொங்கும் தாலியை நாலு முதல் எட்டுப்பவுன் கொச்சக் கயிறு தங்கச் சங்கிலிக்கு மாற்றுவது. அன்று முகூர்த்தத்தன்று

தெளித்த நவதானிய முளைகளை ஆற்றில் கரைத்துக் குளித்து வந்து 'திருமாங்கல்யக் காடி' குடித்தார்கள். தொட்டுக்கொள்ள கல்யாண வீட்டின் மிஞ்சிய கறிகளைச் சேர்த்து எட்டு நாட்கள் கொதித்த பழங்கறி. எனக்குத் தெரிந்து இந்த ஐம்பது ஆண்டுகளில் காணாமற்போன சடங்கு அது ஒன்றுதான்.

பந்தியில் தலைவாழை இலைபோட்டுப் பரிமாறினார்கள். உப்பு, துவட்டல், பச்சடிகள், கிச்சடிகள், அவியல், பொரியல், எரிசேரி எந்த இடத்தில் வைக்க வேண்டும் என்றும் எந்தக் குழம்புக்கு எதைத் தொட்டுக் கொள்ள வெண்டும் என்றும் கணக்கு வழக்குகள் உண்டு. சுவை கருதியும் கை வாக்கு கருதியும். அதில் மாறுதலாகப் பந்தி விளம்பினால் சண்டைக்குப் போவார்கள்.

சாப்பிட்டபின் இலையை எதிர்த்திசையில் மூடினார்கள். வேட்டி சட்டையில் எச்சில் படக்கூடாது என்பதனால் இருக்கலாம். பின்பு எவரோ எழுதினார்கள் வணிகப் பத்திரிகைகளில் அல்லது பேசினார்கள் பட்டிமன்ற மேடைகளில் – எதிர்த்திசையில் மூடினால் விருந்தில் திருப்தி இல்லை, மேற்கொண்டு உன் வீட்டுக்கு வரமாட்டேன் என்று அர்த்தம் என்றும் தன் திசையில் மூடினால் உணவில் திருப்தி, மகிழ்ச்சி என்று அர்த்தம் என்றும். இப்போது பல நூறு ஆண்டுகளாய் இருக்கும் பழக்கத்தை மாற்றி, நவீனமாகத் தன் திசையில் இலையை மூடிக்கொண்டிருக்கிறான் வெள்ளாளன். அந்தணர்கள் எந்தத் தொந்தரவும் வேண்டாம் என்று இலையை மூடுவதே இல்லை.

புத்தேரியில் யோகீசுவரர் எனும் சித்தர் சமாதியில், வெயிலுக்கும் மழைக்கும் காப்பின்றி, ஓங்கி உலகளந்து வளர்ந்திருக்கும் புற்றுக்கு ஆண்டுதோறும் புற்றுமண் கொண்டு திருமேனி பூசுவது இன்றும் சிறப்பாக நடைபெறுகிறது. தெரு ஓரத்தில் கழிக்கோல் நாட்டி மேலே சட்டம் வரிந்துகட்டி தெரு நீளத்துக்கும் நேர்ச்சைக் குலைகள் கட்டுவார்கள். நாஞ்சில் நாட்டில் விளையும் பேயன், பாளையங்கோட்டன், சிங்கன், துளுவன், செந்துளுவன், ரசகதலி, ஏத்தன், நெய்த்துளுவன், தேன்கதலி, மட்டி என சகல வாழைகளின் மேனிக்குலைகளையும் அலங்காரமாய்க் கட்டி, தோவாளைப் பூமாலைகள் அணிவித்து, சரிகை நேரியல் சுற்றி, நிறமும் வாசமும் அழகும் அபூர்வமான காட்சியாக இருக்கும்.

தெரு மத்தியில் மேடை அமைத்து, வில்லுப்பாட்டு, சமூக சீர்திருத்த நாடகங்கள் என இன்றும் நடைபெறுகின்றன.

வெள்ளிக்கிழமை முருகனுக்கும் செவ்வாய்க்கிழமை அம்மனுக்கும் திங்கட்கிழமை சிவனுக்கும் சனிக்கிழமை பெருமாளுக்கும் உடைய நாட்களாக எண்ணி நடந்தனர். 'சனி பெருக்கம்' என்றும் 'பொன் செய்யாததைப் புதன் செய்யும்' என்றும் நம்பிக்கை இருந்தது. வியாழன், ஞாயிறு இழவு நடந்த

வீட்டில் 'கிழமை முறை'களுக்குப் பயன்பட்டது. பாண்ட சுத்திக்கும் சீமந்தத்துக்கும் சனிக்கிழமையும் கல்லெடுப்புக்கு ஞாயிறும் விசேடமாகக் கருதப்பட்டது.

அடுக்களையில் அடுப்புப் பதிப்பது, பரணி நட்சத்திரத்தில் செய்ய வேண்டும் என்ற நியதி இருந்தது. அடுப்பு பதிக்கும்போது எரியும் தீ வீணாகாமல் இருக்க, ஒற்றை அடுப்பாகப் பதிக்காமல் கொடி அடுப்பாகப் பதித்தனர். கொடி அடுப்புக்குத் தனியாகத் தீ வளர்க்கத் தேவையில்லை. முதல் அடுப்பின் சுவாலை பக்க வாட்டில் போய்ச் சேரும். முதல் அடுப்பில் பருப்பு வேகும்போது கொடி அடுப்பில் காய்கறி வேகும் தோதில். இன்று எல்லாம் கேஸ் அடுப்பாகிவிட்டது.

ஆடிமாதச் செவ்வாய்க்கிழமை இரவுகளில் ஔவையாரம்மன் பூஜை பெண்களால் மட்டும் செய்யப்பட்டு வந்தது. இரவு அடங்கிய பின், பெண்கள் பலபருவத்தினரும் கூடி, பச்சை நெல் குத்தி, பச்சரிசி இடித்து மாவாக்கி, உப்புப்போடாமல், சர்க்கரை அல்லது கருப்புக்கட்டி போடாமல் தேங்காய்ப்பூ மட்டும் சேர்த்து, கொழுக்கட்டை அவித்து, நள்ளிரவில் குளித்து முடித்து, விளக்குப்போல குழிவாக அமைத்து அவித்த கொழுக்கட்டையில் தேங்காய் எண்ணெய் ஊற்றி, திரி திரித்து, விளக்கேற்றி ஔவையாரம்மனை வழிபட்டனர். அவ்வைக்குக் கூழும் கொழுக்கட்டையும் பிரதானமான படையல்.

காசுக்குக் கம்பன் கருணைக்கு அருணகிரி
ஆசுக்குக் காளமுகில் ஆவனே – தேசுபெறும்
ஊழுக்குக் கூத்தன் உவக்கப் புகழேந்தி
கூழுக்கு இங்கு அவ்வையெனக் கூறு

என்பது தனிப்பாடல்.

நள்ளிரவில் பெண்கள் மாத்திரமே பங்கேற்கும் ஔவையாரம்மன் விரதம் அதிக ஆர்ப்பாட்டம் இல்லாமல் நடந்திருக்கிறது. ஆவுடை, சிவலிங்கம், அகல்விளக்கு, யோனி வடிவங்களில் கொழுக்கட்டைகள் இருந்தன. கொழுக்கட்டைகளை ஆண்களுக்குத் தின்னத் தருவதில்லை, பிரசாதமாக வீட்டுக்குக் கொண்டுவந்தாலும் கூட. கன்னிகள், கல்யாணமானவர்கள், விதவைகள், மூதாட்டிகள் பங்கேற்ற இந்த வழிபாடு மிகவும் அந்தரங்கமான வழிபாடு என்று நம்பப்படுகிறது. பூஜையின் தன்மைகளை வெளியே சொன்னால் குடும்பத்துக்குப் பெருங்கேடு வந்து சேரும் என்றார்கள். நாற்பது ஆண்டுகள் முன்புவரைக்கும் நடைபெற்ற இந்த வழிபாட்டில் பங்கு பெற்ற மூதாட்டிகள் இன்னும் உயிர் வாழ்ந்திருக்கக் கூடும். ஆனால் வெளிப்படப் பேசுவார்களா என்பது தெரியவில்லை. இன்று இல்லாமலாகிவிட்ட இந்த வழிபாட்டின் தாத் பர்யம் பற்றியும் தெரியவில்லை.

சிறுதெய்வ வழிபாடுகளில் குடும்பங்களுக்கு என கோயில்கள் இருந்தன. வீட்டை ஒட்டி வாசல் புறத்தில், அறுத்தடிப்புக் களத்தின் மூலையில், சுற்றுக்கட்டு வீட்டின் உள் படிப்புரை மூலையில் என, பீடங்கள் இருந்தன. மஞ்சணை சாத்திய சின்னப் பீடங்கள். பக்கத்தில் சிறு இடுக்கான் சட்டி அகல். இவைதான் குடியிருப்புக் கான அடையாளங்கள்.

சாஸ்தா வழிபாடு இருந்தது. எங்கோடி கண்டன் சாஸ்தா, எருக்கலை உடையார் சாஸ்தா, மணிகண்டன் சாஸ்தா, சேரவாதல் சாஸ்தா, நீர் நிறை காவு கண்டன் சாஸ்தா என்று சாஸ்தா கோயில்கள் இருந்தன. ஆற்றங்கரை மேடுகளில் குடி இருந்தனர். மரத்தில் செய்த சேத்திர பாலன் சிலைகளும் நாய்மேல் அமர்ந்த பைரவர் சிலைகளும் சில கிராமங்களில் கோயில் கொண்டிருந்தன. கிராமங்களில் ‘சாத்தாங்கோயில்’ என்பது ஓர் நில அடையாளம். சாஸ்தா கோவில் திருவிழாவாக ‘நம்பிரான் விளையாட்டு’ என்றொரு திருவிழா, நாவல்காடு, இறச்சகுளம், புத்தேரி, வீரநாராயண மங்கலம், தோவாளை, ஆரல்வாய்மொழி போன்ற ஊர்களில் இன்றும் நடைபெற்று வருகிறது.

‘நம்பிரான் விளையாட்டு’ என்பது கிறங்கும் குதிரை வாகனம். பெரிய மூன்று வரித் தண்டயங்களின்மீது கொச்சக் கயிற்றினால் கட்டப்பட்ட வாகனச் சட்டம். வாகனச் சட்டத்தின் மீது பொருத்தப்பட்ட சுழலும் குதிரை வாகனம். குதிரை வாகனம் மீது சாஸ்தா. இருபக்கமும் பூ விசிறிகளும் பூங்குடை யும் எலுமிச்சம்பழ மாலையும் செவ்வரளி, செவ்வந்தி, பிச்சி மாலைகளும் பச்சைக் கட்டு மாலையுமாய் குதிரை வாகனம் வேகமாகச் சுழலும்போதும் குலையாத அலங்காரம் தேர்ச்சி பெற்ற சோடனைக் கலைஞர்களுக்குப் பெருமிதம்.

சபரிமலை ஐயப்பன் வழிபாட்டுடன் சாஸ்தா வழிபாட்டையும் தொடர்புபடுத்திப் பார்க்க வேண்டும்.

அது தவிர காளி ஊட்டு, நம்பிரான் ஊட்டு, கொடைகள் என்பன பிரதான சிறு தெய்வ வழிபாடுகள். கடுக்கரை நம்பிரான் ஊட்டு, தாழக்குடி காளி ஊட்டு, தெரிசனங்கோப்பு காளி ஊட்டு, நாவல்காடு சுடலைமாடன் கோயில் கொடை, வீரநாராயண மங்கலம் முத்தாரம்மன் கோவில் அன்னக்கொடை, தோவாளை, மருங்கூர், குமாரகோவில் சூரன்பாடுகள், புத்தேரி யோகீசுவரர் கோயில் கொடை, சுசீந்திரம், பறக்கை, பூதப்பாண்டி, நாகர்கோயில், கிருஷ்ணன்கோவில், திருப்பதிசாரம் தேரோட்டங்கள், தெப்பத் திருவிழாக்கள், சப்தாவர்ணங்கள் அனைத்தும் விசேடமானவை. குமாரகோயிலுக்குப் போனால் பக்கத்தில் இருக்கும் மேலாங்கோட்டு அம்மன் கோயிலுக்கும் போகத் தவறுவதில்லை.

சமுதாயக் கோயில்களில் கொடைக்கு, தலைக்கட்டுக்கு வரி உண்டு. தலைக்கட்டு என்பது அந்த ஊரில் பிறந்த, சுய சாதியில் வயது வந்த ஆண்கள். இறச்சகுளம் எனும் ஊரில் கல்யாணமாகிப் போகும் பெண்ணின் கணவன் பெயரில் வரி இருக்கும் என்பது குறிப்பிடத்தகுந்தது. பெரும்பாலும் வரிஎழுத்துத் துவங்குவது ஊரின் ஈசான மூலையில் இருக்கும் வீட்டிலிருந்து. மூத்தபிள்ளைகள், மட்டுப்பா வீட்டுக்காரர்கள், முதலடிகள் என்பது கணக்கல்ல. ஓலைக்கூரை வீடு என்றாலும், ஈசானமூலையில் இருந்ததால், எனது தாத்தா, அந்த ஊரில் முதல் வரி. அவர் மூத்த மகனான என் அப்பா, அவர்காலம் வரை ஊரின் முதல் வரி. இப்போது கூரைவீடு என்பது ஓட்டு வீடாக மாறியுள்ள நிலையில், வீட்டுக்கு மூத்த ஆண்பிள்ளையாகிய நான், க. சுப்பிரமணியம் முதல் வரி. இது சாதியில் ஒரு இடம் முன்பதிவு செய்துகொண்ட ஏற்பாடு என்று எனது வாசகர்களுக்குத் தோன்றும். எனது மண்ணும் மக்களும் என் இலக்கிய வாழ்வின் பிரிக்க முடியாத அங்கமாகிப்போன நிலையில் எனது கடைசிப்பயணம் நான் பிறந்த வீரநாராயணமங்கலத்தின் பாறையாற்றின் மேலக் கரையில் இருக்கும் சுடுகாட்டை நோக்கி அமைய வேண்டும் என்பதற்கான முன்பதிவுதான் அது, என்னைப் பொறுத்தவரை.

கொடைகளில் வில்லுப்பாட்டு, கும்ப ஆட்டம், கணியான் ஆட்டம் போன்ற அம்சங்கள் இருந்தன. கும்ப ஆட்ட, கணியான் ஆட்ட, நையாண்டிமேளக் குழுக்கள் திருநெல்வேலி, சங்கரன் கோவில், கோவில்பட்டி போன்ற வெளியூர்களிலிருந்து வந்தனர். தென்காசி கிட்டப்பா குழுவினர், கடையநல்லூர் சண்முக சுந்தரம் குழுவினரின் நையாண்டி மேளங்கள் கொடைகளின்போது சிறப்பு அம்சங்கள். சிறப்பு அழைப்பாக வெண்கலப் பம்பை மூக்காண்டி, கிடாவெட்ட ஒற்றை முரசு இசக்கி முத்து. உள்ளூர் களிலும் நல்ல நாதசுரக் கலைஞர்கள், தவில் கலைஞர்கள், முரசுக் கலைஞர்கள் இருந்தனர். இன்று மேளம் அடிக்க மின் இயந்திரங்கள் பொருத்தப்பட்டு வருகின்றன. அதுபாட்டுக்குக் கொட்டித்தள்ளுகிறது.

வில்லுப்பாட்டில் வெள்ளாளர்களுக்கு நல்ல தேர்ச்சி இருந்தது. புகழ்பெற்ற வில்லுப்பாட்டுக்காரர்களாக 1950–1970 காலகட்டத்தில் புன்னார்குளம் கோலப்பபிள்ளை, தோவாளை சுந்தரம்பிள்ளை, ஒழுகினசேரி முத்துவைரவன்பிள்ளை, கருங்குளம் நாராயணபிள்ளை முதலியோர் இருந்திருக்கின்றனர். உள்கோயிலை நோக்கி உட்கார்ந்து 'சாமிவரத்து'ப் பாடினார்கள். பிறகுதான் எல்லாம் கோயிலைச் சுற்றி அமைக்கப்பட்ட பந்தலுக்கு மாறியது.

வில்லுப்பாட்டில் இயல்பாக காம்போதி, கல்யாணி, நாட்டை, சங்கராபரணம், சண்முகப்பிரியா போன்ற ராகங்கள் பழகிவந்துள்ளன. கோவில் கொடைகளில் சாமிகளை வரத்திப்

பாடும் 'வரத்துப் பாட்டு' அவர்களுக்கோர் சவாலாக இருந்திருக்கிறது. சுடலைமாடன் வரத்தில் கருங்குளம் நாராயணபிள்ளை சிறந்தவராகக் கருதப்பட்டார். வில்லுப்பாட்டில் சாமியை வரத்திப்பாடும்போது, பீடம் ஆடும். ஆராசனைக்காரர்களுக்கு ஆவேசம் வரும். முரசுக்குத் தகுந்த தாள லயத்துடன் ஆடும் ஆராசனையை மக்கள் பயபக்தியுடன் நின்று வணங்கும் காலம் இருந்தது. சாமி சங்கடம் சொல்லுதல், நல்வாக்குச் சொல்லுதல், வரும் குறி உரைத்தல் போன்றவை அருள் கூடியிருந்த நேரத்தில் செய்தனர். ஐயத்துக்கும் கேள்விக்கும் இடமற்ற தன்னை மறந்த சன்னதம் சாமி கொண்டாடிகளுக்குக் கூடி வந்தது. இன்னும் அவர்கள் ரத்தத்தில் ஆதி மனித உணர்வு மிச்சம் உள்ளதோ எனத் தோன்றும். இந்த ஆராசனையுடன் சிலப்பதிகாரத்தில் பேசப்படும் கூத்து ஒத்து நோக்கத்தக்கது.

காலமாற்றத்தில் இந்த ஆராசனை இன்று பெரும்பாலும் தன்னை மறந்ததாக இல்லை. சாமி ஆடுபவர்கள், அடுத்தவர் என்ன நினைப்பாரோ எனும் அவநம்பிக்கையுடன், மனம் ஒன்றாமல் ஒப்புக்கு ஒரு கடமையைச் செய்வதுபோலத் தோன்றுகிறது. தான் கேலிக்கு உட்படுத்தப்படுகிறோம் எனும் பிரக்ஞையுடன் ஆடுவதாகத் தோன்றுகிறது. கும்பாட்டக் குட்டிகளுக்குக் கிளுகிளுப்புடன் ஜாக்கெட்டில் பத்து ரூபாய் நோட்டை ஊக்கினால் கொருப்பதைப்போல, சாமி கொண்டாடிகளுக்கும் நேரியல், பூத்துவாலை, கைத்தறித் துண்டு அணிவிக்கிறார்கள். அவரவர் பொருளாதார நிலையை ஆபாசமாக வெளிக்காட்டுவதாக இது இருக்கிறது. சில சாமி கொண்டாடிகள் யார் என்ன துண்டு அணிவிக்கிறார் என்பதைக் கணக்கெடுத்துக்கொள்வதாகவும் தோன்றுகிறது.

சுமார் நாற்பது ஆண்டுகளுக்கு முன்பு தேரேகால்புதூர் அம்மன் கொடைக்கு, காலம் சென்ற நகைச்சுவை சினிமா நடிகர் டி.என். சிவதாணு அவர்கள் ஆராசனை வந்து சாமியாடிய காட்சி என் நினைவில் பதிவாகியுள்ளது. இன்று அவரது நேரடி வாரிசுகள் யாரும் ஆடுகிறார்களா என்பது தெரியவில்லை.

திராவிட இயக்கங்களும், நகர வாழ்வின் பாதிப்பும், மூட நம்பிக்கைகள் பற்றிய பரவலான மூட நம்பிக்கைகளும் சிறு தெய்வ வழிபாடுகளைக் கேலிப் பொருள்கள் ஆக்கிவிட்டன. இருபது ஆண்டுகளுக்கும் மேல், மரீனா கடற்கரை மரத்து மூட்டில் ஞானக்கூத்தன், ராஜகோபால், ஆத்மாநாம், ஆனந்த், எஸ். வைத்யநாதன், ராம் மோகன், நந்தலாலா ஆகியோருடன் உரையாடிக்கொண்டிருந்தபோது நான் இவைபற்றியெல்லாம் குறிப்பிட்டேன். "உங்கள் ஊர் மலைப்பிரதேசத்தினுள் இருக்கும் ஆதிவாசிக் குடியிருப்பா" என ஆனந்த் கேட்டதும் ஞானக்கூத்தன் குறுக்கிட்டு, "நீங்களெல்லாம் நகரத்துப் பிறப்பு வளர்ப்பு. உங்களுக்கு

நாஞ்சில் நாடன் சொல்வது அர்த்தமாகாது" என்று சொன்னதும் இன்று எனக்கு நினைவுக்கு வருகிறது.

எனினும் சமீபகாலமாய் கிராமத்துச் சிறுதெய்வங்கள் புதிய மவுசு பெற்று வருகின்றனர். மலையாளத்து மந்திரவாதிகளால் வாய் கட்டப்பட்டுக் கிடந்த தெய்வங்களெல்லாம் மீண்டும் சக்தி பெற்று – மந்திரவாதத்தின் காலக்கெடு முடிந்ததனாலோ என்னவோ – ஏனென்று கேட்கத் துவங்கியுள்ளன. பதினெட்டு ஆண்டுகள் கழித்து, இரண்டு ஆண்டுகள் முன்பு எங்களூர் முத்தாரம்மன் கோயிலில் அன்னக்கொடை நடந்தது. எத்தனையோ ஆண்டுகளுக்குப் பின்பு நாவல்காட்டுச் சுடலைமாடன் கோயில் கொடை சில மாதங்கள் முன்பு நடந்தது.

பலி என்பது எந்த நாட்டவரையும் எம்மதத்தவரையும் எச்சமூகத்தவரையும் போன்றே வெள்ளாளர்களின் சிறு தெய்வ வழிபாட்டில் இன்றியமையாத இடம் பெற்றிருந்தது. 'சனிப்பிணம் தனிப்போகாது' என்பது பழமொழி. சமீபத்தில், மதம் மாறிய பின் இறந்து போனவர் சவ அடக்கத்தின்போது, இறந்தவர் சனிக்கிழமையில் இறந்தார் என்பதற்காக, உபதேசியார் ஓதி முடிந்தபிறகு, அவர் மறுபுறம் பார்க்கையில் – வேண்டுமென்றேதான் பார்த்தாரோ என்னவோ – சடக்கென்று சவப்பெட்டியினுள் உயிருள்ள சேவல் குஞ்சு ஒன்றினை எறிந்ததைப் பார்த்து வியப்படைந்தேன். எந்த மதத்துக்குப் போனாலும் எந்த தேசத்துக்குப் போனாலும் மனம் தனது சொந்தச் சின்னங்களையும் பின்னங்களையும் துறப்பதில்லை போலும்!

முத்தாரம்மன், பகவதி அம்மன், சாத்தா, முத்துப்பட்டன் போன்ற தேவதைகள் உயிர்ப்பலி கொள்வதில்லை, மாறாக முப்பிடாதிஅம்மன், சூலைப்பிடாரி, சந்தனமாரி, மேலாங்கோட்டு இசக்கி, கள்ளியங்காட்டு நீலி, சுடலை மாடன், பன்றிமாடன், புலைமாடன், கழுமாடன், வைரவன் இன்னபிற தெய்வங்களுக்கு எல்லாம் சிறப்பு கழிக்கும்போதும் கொடை கழிக்கும்போதும் பலிகள் இருந்தன.

நேர்ந்துவிட்ட, கொம்பு முறுகிய, கோரோசனை வாசம் வீசும், சேம்புப் பூப்போல இளஞ்சிவப்புக் குறிகள் நீளும், முதிர்ந்த விதைக்காய்கள் தொங்கும் ஆட்டுக்கடாக்கள். கொண்டையில் சிவப்புப் பூப்பூத்த கருஞ்சேவல்கள், வெள்ளைச் சேவல்கள், செங்கருப்புச் சேவல்கள், குந்தத்தில் குத்தித் தூக்க துள்ளுமறிகள், நெஞ்சுபிளந்து கோமரத்தாடி உதிரம்குடிக்கும் ஆட்டுக்கடாக்கள், கொம்பு வளர்ந்த ஆண் பன்றிகள் . . . பெண்ணின உயிர்கள் எதுவும் பலியிடப்படுவதில்லை என்பது ஆய்வுக்குரியது.

கொடை நடக்கும் வெள்ளி, செவ்வாய் இரவுகளில், நள்ளிரவில் பூ எடுத்து முடித்தபின், சாமியின் நேர்ப்பார்வையில்

கோமரத்தாடியின் உத்தரவில் செய்யும் பலிகள், எண்திசைகளிலும் காவல் தெய்வங்களுக்குச் செய்யும் சேவல் பலிகள். சுடுகாட்டுக் காவலில் நிற்கும் சுடலை மாடன்களுக்கு வெட்டும் ஆட்டுக்கடாக்கள்.

திராவிட இயக்கங்கள் தீவிரமாக இருந்த 1960 க்குப் பிறபட்ட காலகட்டங்களில் அநேகம் வெள்ளாளக் கிராமங்களில் உயிர்ப் பலிகள் தடுக்கப்பட்டன. தெய்வங்கள் நாட்டுக்கோழி முட்டை அல்லது இளவன்காய் எனப்படும் தடியன்காய் பலி பெற்று திருப்திகொள்ள வேண்டியதாயிற்று. சில கோயில் நடைகளில் தொடர்ந்து நடந்தாலும், தடைப்பட்ட கிராமங்களில் நேர்ந்துவிட்ட ஆடு கோழிகளை ஏலம் விடலாயினர். சுடலை மாடனுக்கு நேர்ந்துவிட்ட ஆட்டுக் கடாக்கள் பயிரை மேய்ந்தாலும் வீட்டினுள் புகுந்து புழுக்கை போட்டாலும் அதைக் கையால், கம்பால் அடிப்பதில்லை முன்பு.

“யாரு சொள்ளமாடனா வந்திருக்கே! உனக்குத் திங்கத் தாறதுக்கு ஒண்ணுமே இல்லையே . . . ஆறுன வடிச்ச கஞ்சித் தண்ணி தாறேன் குடிக்கியா? . . . என்னா போறையா? போயிட்டு வா . . . போப்பா . . . போ . . .” என்பது நேர்ந்துவிட்ட ஆட்டுக்கடா வுடன் நடக்கும் உரையாடல்.

திராவிட இயக்கங்களின் கடவுட் கொள்கையில் உடன்பாடு இல்லாமல், வேண்டுமென்றே அம்மனுக்கு ஆடு நேர்ந்து வளர்த்து, கொடையன்று கோயில் வாசலில் கொண்டு கட்டிவிட்டுப் போன கிராமங்கள் உண்டு.

என்னவானாலும் நின்று போன கோயில்களில் மறுபடி உயிர்ப்பலி முயற்சிகள் தீவிரப்படவில்லை. நினைத்த காரியம் கைகூட அல்லது கைகூடிய காரியங்களுக்கான நன்றிக்கடன் தீர்க்க, ஆட்டுக்கடாக்களை தெய்வங்களுக்கு நேர்ந்து வளர்க்கும் முனைப்பு வெகுவாகக் குறைந்துவிட்டது.

என்றாலும் தென் தமிழ்நாட்டின் மடப்புரத்துக் காளி, சொரிமுத்தம்மன், குரங்கணி அம்மன், சித்தூர் தளவாய் கோயில்களில் ஆடுபலியை இன்றும் எந்த இயக்கமும் ஒன்றும் செய்து விடவில்லை.

வீடுகளில் வெளிச்சுற்றுப் பக்கவாடுகளில், அறுத்தடிப்புக் களங்களின் மூலைகளில், சந்து முனைகளில், தெய்வங்களின் பீடங்கள் தலைமெழுகப்படாமல், முகம் எழுதப்படாமல், மஞ் சணை சாத்தப்படாமல், சிறப்புக்கள் கொடைகள் காணாமல் தளர்ந்து கிடப்பதும்கூட வெள்ளாளர்களின் தளர்ச்சியின், சோர்வின், க்ஷீணத்தின் அடையாளங்கள் எனலாம்.

கலை ஈடுபாடுகள்

இன்று வில்லுப்பாட்டுக்காரர்களில் எவரும் நாஞ்சில் நாட்டு வெள்ளாளர் இருப்பதாகத் தெரியவில்லை. என்.எஸ். கிருஷ்ணன் அறிமும் செய்த பாணி ஒரு மலிந்த பாணி. அதன் தொடர்ச்சிதான் சுப்பு ஆறுமுகம். அவர் வெள்ளாளர் ஆனாலும் நாஞ்சில் நாட்டுக்காரர் அல்ல. இன்றைய வில்லுப்பாட்டு சினிமாப் பாடல்களின் கொச்சை மெட்டுக்களில் நடக்கிறது. பெரும்பாலானவர்களுக்கு வீசுகோல் அடிக்கவே தெரியவில்லை. பெண் வில்லுப்பாட்டுக் காரிகள் கவர்ச்சிக்காகக் கைகளை உயர்த்தி உயர்த்தி வீசுகோல் அடிக்கிறார்கள் தற்போது. எதிர்காலத்தில் ஸ்லீவ்லெஸ்கூட வந்து விடலாம்.

கரகாட்டம் எனும் கும்பாட்டம் எப்போதுமே பாலுணர்வு கொப்பளித்துக்கொண்டிருப்பது. ஆடி ஓய்ந்த இடைவேளைகளில் காட்சிப்படுத்தப்படும் வசனப் பிரயோகங்கள் ஆபாசமானவை. சமீபத்தில் ராஜபாளையத்தில் நள்ளிரவு ஒன்றரை மணிக்குக் கரகாட்டத்தை வேடிக்கை பார்த்தபோது ஆண்குறிகள் பெண்குறிகளை அபிநயம் பிடித்துக்கொண்டிருந்தனர். மரியாதைக்கு

உரிய வீடுகளின் பெண்களும் ஆண்களும் கிளுகிளுத்துச் சிரித்துக் கொண்டிருக்கிறார்கள். நாஞ்சில் நாட்டிலும் இது விலக்கப்பட்ட தல்ல. ஒருவேளை பாலியல் இறுக்கம் தவிர்க்கும் ஒரு மருந்தாகக் கூட அது கொள்ளப்படலாம்.

கணியான் ஆட்டமும் மகுடமும் தப்பட்டையும் கொம்பும் காண்பதற்கு அரிதாகி வருகின்றன.

முன்பு கம்பராமாயண வாசிப்பு என்பது கோயில்களிலும் கோடைகாலங்களில் வீட்டுப் படிப்புரைகளிலும் நடந்திருக்கிறது. வில்லுப்பாட்டில் அருணாசலக்கவிராயரின் ராமாயணப் பாடல்கள் பழகி வந்துள்ளன. கண்ணகி கதை சொல்லும்போது சிலப்பதிகார வரிகள் நடந்து வந்திருக்கின்றன. சூரபத்மன் கதையில் திருமுருகாற்றுப்படை வரிகள் ஊடறுக்கும். முத்துப்பட்டன் கதை, பரசுராமன் கதை, நல்லதங்காள் கதை, வல்லரக்கன் கதை, அல்லி அரசாணி மாலை என்று மக்கள் உட்கார்ந்து கேட்டது இன்று இடம் தெரியாமல் ஆகிவிட்டது. கலைவாணர் என்.எஸ். கிருஷ்ணனின், அவரது மகன் என்.எஸ்.கே. கோலப்பனின் நையாண்டி வில்லுப்பாட்டு இன்று ஓர் முன்மாதிரி என்றாகிவிட்டது. அது ஒரு தவறான முன்மாதிரி எனும் போதமும் இல்லை. வில்லுப்பாட்டை உட்கார்ந்து கேட்க ஆளில்லை இப்போது. மெகா சீரியல்களின் போதைக்கு வெள்ளாடிச்சிகளும் விதிவிலக்கு இல்லை.

சுசீந்திரம், பூதப்பாண்டி, தாழக்குடி, திருப்பதிசாரம், நாகர்கோவில், பறக்கை, கிருஷ்ணன்கோவில், வடிவீஸ்வரம் போன்ற ஊர்களில் சைவ வைணவக் கோயில்களில் தேரோட்டம், திருக்கல்யாணம், தெப்பத்திருநாள் நடக்கும்போது, முன்மாலைப் பொழுதுகளில் கம்பராமாயண வாசிப்புகள் சமயச்சொற் பொழிவுகள் இருந்தன. கம்பராமாயணத்தில் கற்றுத் தேறிய வெள்ளாளக் குடும்பங்கள் இருந்தன.

திருவிதாங்கூர் மன்னர் மார்த்தாண்டவர்மாவுக்கும் பப்புத் தம்பி, ராமன் தம்பி, எட்டுவீட்டுப்பிள்ளைமாருக்கும் நடந்த வாரிசுரிமைச் சண்டைகளில் குறிப்பிடப்படும் கள்ளியங்காடு எனும் ஊரைச் சேர்ந்த இராமச்சந்திரன் பிள்ளை கம்பராமாயணப் புலவர்களில் தேர்ச்சி பெற்றவராகக் கருதப்பட்டவர். கம்பராமாயணத் தொகுதிகளை 'அத்துக்கு' மட்டும் முன்னால் வைத்துக்கொண்டு செய்யுட்களை மனப்பாடமாகப் பாடும் பறக்கை பரமார்த்தலிங்கம் பிள்ளை அவருடன் இணைந்து பாடும் புலவராக இருந்தவர். செய்யுட்களுக்கு உரைசொல்ல அவர்களுடன் ராஜ கோபால ஐயர் இருந்தார்.

கம்பராமாயணம் வாசித்த பல குடும்பங்கள் இன்று வாசிப்பும் வாசனையும் மறந்து போயின. முன்பெல்லாம் ஊரில்

ஒரு குடும்பமாவது 'கம்பராமாயணம்' எனும் பட்டப்பெயருடன் இருந்தது. இன்று அந்தப் பட்டப்பெயரும்கூட மாய்ந்து போயிற்று.

திருவிழாக்களில் இசைக்கச்சேரிகள் நடந்தன. மூன்று மணி நேரம், நான்குமணி நேரம் கொட்டும் பனியில் அமர்ந்து கச்சேரி கேட்டனர். வெள்ளாளர் அனைவருமே இசை நுணுக்கங்கள் தெரிந்தவர் என்று நான் சொல்ல வரவில்லை. ஆனால் பலருக்கும் இசைப் பரிச்சயம் இருந்தது. கர்நாடக சங்கீதத்தின் முக்கிய ராகங்கள் தெரிந்தவர்களாக இருந்தனர். அது பரம்பரையான பண் அறிவின் தொடர்ச்சியா என்பது எனக்குத் தெரியாது.

புகழ்பெற்ற வில்லுப்பாட்டுக்காரர்கள் பெரும்பாலும் காம்போதி, தோடி, கல்யாணி, மோகனம் ராகத்தின் சாயல்களில் பாடல்கள் பாடினர். ஆர்மோனியம் வாசிக்கும் புலவர் உண்மையிலேயே இசை நுணுக்கங்கள் தெரிந்தவர்.

சுசீந்திரம் மார்கழித் திருநாளில் பாடிப் பேர்வாங்குவது அத்தனை எளிதான காரியம் அல்ல. சட்டென கைதட்டிவிட மாட்டார்கள். கச்சேரி முடிந்ததும், "இண்ணைக்கு வாசிப்புச் சொகமில்லை" என்று பலர் சொல்லக் கேட்டிருக்கிறேன். விவசாயிகளும் வெள்ளாளர்களுமான நல்லூர் கிராமத்தவர், மிதமீறிய போதை காரணமாக சரியாக வாசிக்காத நாதசுர சக்ரவர்த்தி ராஜரத்தினம்பிள்ளையைத் தொடர்ந்து வாசிக்கவிட வில்லை என்றும், கல்லையும் மண்ணையும் வாரி மேடை மீது வீசினார்கள் என்றும், அடுத்த ஆண்டில் வாசி வைத்துக்கொண்டு ராஜரத்தினம் பிள்ளை வாசித்த 'தோடி' முடிய ஒன்றேமுக்கால் மணி நேரம் ஆயிற்று என்றும், அந்தத் தோடி இன்னும் சுசீந்திரம் கோயில் மண்டபத்தில் தொங்கிக்கிடக்கிறது என்றும் சொல்வதை நான் கேட்டிருக்கிறேன். அந்த இசைமரபின் தொடர்ச்சி இன்று அறு பட்டுப்போய்விட்டது. இன்று நகல்களை, நகல் செய்தவர்களின் நகல்களை ஒலிபெருக்கிகளில் கேட்டுக் காலாட்டிக்கொண்டிருக்கிறார்கள்.

நாஞ்சில் நாட்டு வெள்ளாளர்களின் மரபு ரீதியான மொழி யறிவு இசையறிவு எல்லாம் அறுபட்டுப் போனதற்குத் திராவிட இயக்கங்களின் தாக்கம் ஒரு முக்கிய காரணம் என்று எனக்குத் தோன்றுகிறது. கைவசமிருந்த நுண்கலைகளையும் வெகுஜனக் கலைகளையும் பார்ப்பனக்கலைகள் என்று கூறிய துஷ்பிரச்சாரமும் வெறுப்பேற்றலும் நடைபெற்றது என்பது இன்று வரலாறு.

திருவெண்பரிசாரம் என்ற, நாலாயிரத் திவ்யப் பிரபந்தத்தில் பேசப்படுகிற, திருப்பதிசாரம் எனும் ஊரில், பல நூற்றாண்டுகளாகக் குடி இருக்கும் பெருமாள் 'திருவாழ்மார்பன்', சுசீந்திரத்தில் 'தாணுமாலய' சாமி கோயில் பிரகாரத்தில் அமர்ந்திருக்கும்

அம்மன் 'அறம் வளர்த்த நாயகி', பறக்கை கோயில் பெருமாள் 'மதுசூதனப்பெருமாள்', பூதப்பாண்டியின் இறைவன் 'பூதலிங்கம்', கன்னியாகுமரி 'பகவதி', புத்தேரியின் 'யோகீசுவரன்' – ஒரு காலத்தில் அவையெல்லாம் வெள்ளாள வீட்டுப்பெயர்கள். இன்று 'காரிப்பிள்ளை'யும் இல்லை 'அறம் வளர்த்தாளும்' இல்லை.

நாஞ்சில் நாட்டில் தாலாட்டுக் கேட்டுறங்காத பிள்ளைகள் இல்லை. கஞ்சித்தண்ணிக்கே வழியில்லாதவனுக்கு, பால்குடிக்க மாமன் காராம்பசு கொண்டுவருவதும் அதன் பிடிகயிறு பொன்னால் இருப்பதும் எத்தனை சுகமான கற்பனைகள்!

ஒப்பாரி என்பது இறந்துபோனவரின் இல்லாத பெருமை துலக்கும் கவிதைகள். கோலாட்டப் பாடலும் கும்மியும் கழச்சி ஆட்டமும் பாடல் வடிவிலானவை.

தாலாட்டும் ஒப்பாரியும் தமது இசை வடிவங்களை இன்று தொலைத்து விட்டன. இளையராஜாவோ அல்லது ஏ.ஆர். ரஹ்மானோ பாடவேண்டும்.

என்.எஸ். கிருஷ்ணன், டி.கே. சங்கரன், டி.கே. முத்துசாமி, டி.கே. சண்முகம், டி.கே. பகவதி, என்.எஸ். நாராயணபிள்ளை, டி.என். சிவதாணு போன்ற நாடக, சினிமா நடிகர்கள் பின்பு வெள்ளாளர் சமூகத்திலிருந்து வரவில்லை. தமிழ்க் கவிதைக்குக் கவிமணிக்கு இணையான கொடையாளர்கள் பின்பு இல்லை. அரசியலில் ஜீவானந்தம், தியாகி சிவன்பிள்ளை, சிவ. முத்துக்கருப்ப பிள்ளை, காந்திராமன், டாக்டர் பா. நடராஜன், ஆர்.கே. ராம், பி.எஸ். மணி போன்ற தலைவர்கள் இல்லை. தமிழாராய்ச்சியில் கே.என். சிவராஜ பிள்ளை, பி. சிதம்பரம்பிள்ளை, 'சேரநாடும் செந்தமிழும்' எழுதிய வித்வான் செ. சதாசிவன் பிள்ளை, சதாவதானி செய்குத்தம்பி பாவலரின் சீடர் தெங்கம்புதூர் சாஸ்தாங் குட்டிப்பிள்ளை, டாக்டர் அகஸ்தியலிங்கம், தமிழ்ப் பல்கலைக் கழகத்தின் முதல் துணைவேந்தராக இருந்த டாக்டர். வ.அய். சுப்பிரமணியம், தசாவதானி ஆறுமுக நாவலர், டாக்டர் மா. இளைய பெருமாள், டாக்டர் கே.கே. பிள்ளை ஆகியோர் தரத்துக்கு பின்பு அறிஞர்களைக் காணோம். பேராசிரியர் டாக்டர் தே. வேலப்பன், டாக்டர் அ.கா. பெருமாள் ஆகியோர் ஆய்வுப் பரம்பரையின் இன்றைய தொடர்ச்சி.

வெள்ளாளர்களின் இந்த பண்பாட்டு வீழ்ச்சியும் அவர்களின் சமூக பொருளாதார வீழ்ச்சியும் தொடர்பு கொண்டதா என்று யோசித்துப் பார்க்கிறேன்.

அறுவடைக்காலங்களில், கிராமங் கிராமமாக, 'தோல்பாவைக் கூத்து' வரும். ஒற்றைமாட்டுக் கூண்டு வண்டியில் கொட்டகை போட கழிக்கோல்கள், ஓலைக்கட்டு, திரைச்சீலை, சுற்றிக் கட்டும்

படுதா, மத்தளம், தோல்பாவைகள் அடங்கிய தகரப்பெட்டி, பெட்ரோமாஸ் விளக்கு, சமையல் பாத்திர மூடை சகிதம் பத்து நாட்கள் இராமாயணக்கதை. இடையில் இரண்டு நாட்கள் மயில் ராவணன் கதை, நல்லதங்காள் கதை, கடைசிநாள் ராமர் பட்டா பிஷேகம். காலணா அல்லது அரையணா நுழைவுக்கட்டணம். பட்டாபிஷேகத்தன்று ஊர் முதலடிகள் பாவைக்கூத்து கலைஞர் களுக்கு இரட்டை வேட்டி, நேரியல், புடவை கொடுத்து மரியாதை செய்வார்கள். பின்பு மூன்று நாட்கள் அல்லது ஐந்து நாட்கள் இறங்காமல் சைக்கிளில் சுற்றிவரும் சாதனை, ஒலி பெருக்கிகள் சகிதம் வந்தது. இன்று எல்லாம் எங்கு போனார்கள் என்று தெரியவில்லை.

கலைஞர்கள் இல்லை என்றாலும் அறுவடை முடிந்த இரவுகளில் பாடிவரும் ராப்பாடி, காலையில் வந்து சுவர்களில் காவிக்கட்டியால் குறிபோட்டு வெண்கலச் செண்டை தட்டும் சித்தூசி, உடுக்கடித்துக் குறி சொல்லும் கோடாங்கி, கல்லுள்ளிமங்கன், 'பாண்டுரங்கா பண்டரிபுரம்' பாடிவருபவர், 'மாயக்காரனம்மா கிஷ்டன் மகிமைக்காரனம்மா' எனப் பாடிவரும் கிருஷ்ணக்காரிச்சிகள், பெருங்குரலில் பண்ணெடுத்துத் தேவாரம் பாடிவரும் சந்நியாசிகள், காவியும் கமண்டலமும் தண்டமும் திருவோடும் தாங்கி அரிசி மட்டுமே பிச்சையாகப் பெற்றுக்கொள்ளும் பண்டாரங்கள் எல்லோரும் இன்று எங்கு போனார்கள்? வெள்ளாளர்களின் சுரப்பு வற்றிப்போனதை உணர்ந்துகொண்டார்களா அல்லது பூ முகத்தில் இருந்து மாய்ந்து போனார்களா என்பது தெரியவில்லை.

அதிலும் 'ராப்பாடி' பற்றித் தனியாகச் சொல்ல வேண்டும்.

கன்னிப்பூ ஆனாலும் கும்பப்பூ ஆனாலும் அறுவடை முடிந்து பத்தயம், குலுக்கை, அரங்கு, சாய்ப்பு, திண்ணை, படிப்புரை எங்கும் நெல்லும் நெல்பூச்சியுமாக நாஞ்சில் நாட்டு வெள்ளாளன் வீடு ஒழுங்கின்றிக்கிடக்கும் வேளையில், நெல்லை விற்றுக் கடன் தீர்க்கவும் பாட்டம் அளக்கவும் துணிமணி எடுக்கவும் உருப்படி திருப்பவும் புதியது நல்லாக்கவும் பால்மாடு வாங்கவும் ஏர்மாடு மாற்றவும் வண்டிக்காளை வாங்கவும் கரந்தீர்வை செய்யவும் வித்து உணத்தவும் அறுப்புக்கொத்து அடிப்புக்கொத்து அளக்கவும் வண்ணான் நாவிதனுக்குக் கூலி அளக்கவும் ஊர்காவல், சானல் வாச்சர், ஊர் சமுதாய மகமை, நூலக வரி அளக்கவும் விவசாயி திட்டமிட்டுக்கொண்டிருக்கும் பரபரப்பான நாட்களில், இரவொன்றில் 'ராப்பாடி' வருவான்.

நள்ளிரவில் சுடுகாட்டுக்குச் சென்று வழிபாடு செய்து, சுடுகாட்டுச் சாம்பல் நெற்றியில் பூசி, பொன் நூலிழைகள்

மினுங்கும் கறுத்த அங்கி அணிந்து, தலையில் கிரீடம் போல் தொப்பி தரித்து, கையில் சிவபெருமான் கையில் இருப்பதே போன்று சிற்றுருவான உடுக்கு தாங்கி ராப்பாடி கிராமத்தின் ஒவ்வொரு தெருவாகப் பாடிக்கொண்டு வருவான்.

இரவு பன்னிரண்டு மணிக்குமேல் கிராமத்து இரவின் தனிமையும் அசப்தத்தையும் துளைக்கும் உடுக்கு ஈரற்குலையைச் சுண்டி இழுக்கும். கம்பீரமான பாட்டின் கரகரத்த ஒலிக்குத் துணையாக வழக்கமாக ஆளரவம் கேட்டுக் குரைக்கும் தெருநாய்கள் குரைப்பதில்லை. ஊரில் இறங்கு முன் நாய்களின் வாயைக் கட்டிவிடுவான் எனும் நம்பிக்கை.

ஒருக்களித்துத் திறந்த கதவின் இடைவெளியில் பனையோலைச் சுளவு நிறைய புது நெல்லும் அடுப்புக்கரித்துண்டும் ஆணியும் வைத்து முன்வாசல் படிப்புரையில் வைத்துவிட்டு வேகமாகக் கதவைச் சாத்திக் கொள்வார்கள் பெண்கள். தற்செயலாய் கண்விழித்த சிறுவர் சிறுமியர் தாயின் வயிற்றுச் சூட்டோடு ஒட்டிப்படுத்துக்கொள்வார்கள். சாதாரண நாட்களில் உறங்காமல் விழித்துக் கிடக்கும் குழந்தைகளைப் பயமுறுத்திப் படுக்கச் செய்ய தாய்மார்கள் பேசும் ஒரு வசனம், "அன்னா ராப்பாடி வாறான், பேசாமப்படுத்து உறங்கு ... இல்லேன்னா புடிச்சிட்டுப் போயிருவான்" என்பது.

நாஞ்சில் நாட்டு வெள்ளாளர் வாழ்க்கை

அச்சமும் ஆர்வமும் தூண்டிய ராப்பாட்டு. நாஞ்சில் நாட்டில் பயிராகும் பதினெட்டு வகை நெற்கள், வரப்போகும் மங்கல அமங்கலங்களைக் குறிப்புணர்த்தும் தான்தோன்றி வரிகள். அடுத்த நாள், "யாரு வீட்டுக்கு முன்னால நின்னு அப்பிடிப் பாடினான் ராப்பாடி?" என பெண்களின் கிசுகிசுப்பின் தோற்றுவாய்.

சுளவில் வைத்திருக்கும் நெல்லைச் சேகரிக்க அரிக்கன் விளக்கும் கோணிச்சாக்குமாய் நடந்து, இன்னும் நடை திறக்காத, சுளவில் நெல்வைக்காத வீடுகளைப் பார்த்து, "அம்மா ராப்பாடிக்குப் படி போடுங்கோ" எனக் கூவும் ராப்பாடியின் உதவியாளன்.

எந்த வகை நெல்லானாலும் ஒரே சாக்கில் கொட்டிவிட்டு சுளவை மீண்டும் இடத்தில் வைத்து விட்டு அடுத்த வீடு, அடுத்த தெரு . . .

உறக்கம் வராமல் இருமிக்கொண்டு தெருப்படிப்புரையில் படுத்திருக்கும் பயமறியாப் பாட்டாக்கள் எழுந்து உட்கார்ந்து, வெற்றிலை பாக்கு இடித்தவாறு, ராப்பாடியிடம் பேச்சுக் கொடுத்து அந்த ஆண்டின் அறுவடை, வரும் ஆண்டின் மழை, நோய் நொடி என்று பொதுப்பலன் கேட்பார்கள்.

பாடி முடிந்து, ஊர் முழுக்கப் படிவாங்கி, கோழி கூவுமுன் அவர்கள் வேஷம் கலைத்து வெளியேறிவிட வேண்டும். ராப்பாடியாக வருபவன் சாம்பவருக்குத் துணி வெளுக்கும் 'புரத வண்ணான்' இனம் என்பதால் தரை வெளுத்துவிட்டால், வெள்ளாளருக்குத் துணி வெளுக்கும் குடி வண்ணான்கள் அவர்களை அடித்துத் துரத்தி, படி வாங்கிய நெல்லையும் பிடுங்கிக்கொள்வார்கள் எனும் நம்பிக்கை.

1972இல் பம்பாய்க்குப் பயணமாவது வரைக்கும் அறுவடைக் கால இரவுகளில் ராப்பாடியின் உடுக்கு அதிர்வுக்கும் பாடல்வரி களுக்கும் நான் காத்துக் கிடந்தது உண்டு. பக்கத்துத் தெரு 'வெட்டுக்குத்தி மகாதேவன் பிள்ளை' பெரியப்பா உடன் இருக்கும் தைரியத்தில் ராப்பாடியிடம் பாடு பேசியதுண்டு.

அன்றெல்லாம் சித்திரை பத்தாம் உதயத்தில் சம்பா விதைத்து ஆவணியில் அறுத்தார்கள். புரட்டாசியில் நாற்று நட்டு தை மாதம் அறுத்தார்கள். வடவகையில் கடுக்கரை, கேசவன்புதூர் தொடங்கி தென்மீதியில் தேரூர், சுசீந்திரம், மைலாடி வரைக்கும் தொடர்ந்து அறுத்தடிப்பு இருந்தது. எல்லாம் ஒரு மாதத்திற்குள் தொடங்கி முடிந்துவிடும். இயற்கைக்கு ஒரு திட்டம் இருந்தது, அது இயற்கையே ஆனாலும்.

சித்திரை பத்துக்கு வித்து விழ வேண்டும் என்பது வழக்கு. இன்று ஆடிமாதமும் சாரல் இல்லை. 'ஆனி ஆடி மாதக் கொந்தலிலே மந்தை ஆடுகள் போலக் கொடுகி நிற்போம்' என்பது கவிமணி. இன்று ஆனி ஆடிக் கொந்தல் பங்குனி சித்திரைக் கோடைபோல் வெந்து நீறுகிறது. சித்திரை பத்தாம் உதயப் பருவத்துக்கு மழை காணாமற்போன மார்க்கம் தெரியவில்லை.

இருக்கும் கஞ்சியை வறுமைத் தாயார் பங்கு வைப்பதைப் போல, தோன்றியபடி, தண்ணீர் வசதி பார்த்து விதைக்கிறார்கள், நடுகிறார்கள். நடவுப் பருவம் தாண்டி முற்றிப்போன நாற்றை அறுத்து மாட்டுக்குப் போடுகிறார்கள். விதைத்தும் முளைக்காமற் போகிறது, பருவம் இன்மையால். மறுபடி விதைக்க வித்துக்கு அலைகிறார்கள். எனவே கடுக்கரை முதல் மைலாடி வரை எப்போது விதைபடும் எப்போது நடுவார்கள் எப்போது அறுப்பாகும் என்பது யாருக்கும் உறுதி இல்லை. ஒரே ஊரில் வேறுவேறு அறுத்தடிப்புத் திட்டங்கள். ஒரே பத்தில் ஒரு வயல் நடவாகும், மறுவயல் அறுவடைக்கு நிற்கும், இன்னொன்று அரைப்பயிராகி இருக்கும். வெள்ளாளர் வாழ்க்கைபோலப் பருவ மாற்றங்கள், பருவச் சேதங்கள், எல்லாம் தாறுமாறாகக் கிடக்கின்றன.

இதில் ராப்பாடி எந்தக் கிராமம் என்று, எந்த இரவில் என்று, எந்தத் தெருவில் என்று உடுக்கடித்துப் பாடி நிற்பான்? எங்கு போய் படி வாங்குவான்?

ராப்பாடிக்குப் படிபோடும் அளவில் பத்தயப்புரைகளில் நெல்லுண்டா? வெள்ளாடிச்சி மனதில் நிறையுண்டா? ராப்பாடியின் உடுக்கு எந்த லயத்துக்கு அதிரும் இன்று? ராப்பாடி மறைந்த மாயம் ஒரு பானைச் சோற்றில் ஒரு பதச்சோறு.

வெள்ளாளர் தாமும் பிறரும்

அடிப்படையில் சமூக ஒற்றுமை உடையவராக நாஞ்சில் நாட்டு வெள்ளாளர் இருந்ததில்லை. தாயமுறை பிரதானமானதோர் வேற்றுமையாக இருந்தாலும் தமக்குள்ளும் இனவன் என்ற ஒற்றுமையுடன் இல்லை. வெள்ளாளர் பற்றிய சில பழமொழிகள் இங்கு யோசிக்கத் தக்கவை.

"வெள்ளாளன் போன இடமும் வெள்ளாடு போன இடமும் வெட்டை."

"அடுத்த வீட்டில விளக்கெரிவது பிடிக்காதவன்."

"குடிக்கிற தண்ணீரில் குறியைவிட்டு ஆழம் பார்ப்பவன்."

"வெள்ளாளனுக்கு வெள்ளாளனே விரோதி."

"கோடி மறவருக்கு காணி வெள்ளாளன்."

அற்பக் காரணங்களுக்காகச் சச்சரவிட்டுத் திரிந்தனர். கோயில் கொடை, திருமணங்கள் எங்கும் இது பிரதிபலித்தது.

ஊரில் தன் களத்தில் பந்தல் போட்டுத் திருமணம் நடத்துபவன் ஊர்க்காரர்களை முன்தினம் மாலையில் கறிகாய் வெட்ட அழைக்க வேண்டும். முகூர்த்தத்தன்று காலையில் ஊரழைக்கவேண்டும். சாப்பாட்டுப் பந்திக்குத் தனியாக அழைக்க வேண்டும். பிந்திப் போனால் பானையில் கிடந்த பழையதைப் பிழிந்து வைத்துக்கொண்டு உட்கார்ந்திருப்பான். கறிகாய் வெட்ட அழைக்காவிட்டால் சாப்பிட வரமாட்டான்.

இன்று பெரும்பாலும் மோட்டுக் காமணம் தட்டுக் காமணம் போட்டு நடத்தும் கல்யாணம் இல்லை. நகரங்களில் கல்யாண மண்டபங்களில் நடக்கிறது. கறிகாய் வெட்டவும் தேங்காய் திருவவும் தண்ணீர் சுமக்கவும் பந்தி விளம்பவும் இலை எடுக்கவும் சம்பள ஆட்கள். எனவே ஒரு முறை ஊரழைப்பதோடு சரி. ஊர்ச்சாப்பாடு என்பது போக வீட்டுக்கு ஒருவர், இருவர் என்று ஆகிவிட்டது.

பாரம்பரியப் பெருமையுள்ள எனது சொந்த ஊரில் இன்னும் மக்கள் வழி – மருமக்கள் வழிப் பூசல் தீர்ந்தபாடில்லை. எனது அப்பாவழித் தாத்தா சைவப் பாரம்பரியம். நாஞ்சில் நாட்டுக்கு வந்தபின் மக்கள் வழி. அவரது முதல் மனைவி வைசூரியில் போனபின்பு இரண்டாவது மனைவி பறக்கை, மருமக்கள் வழிக்காரி. எனவே எனது தந்தை, நான் எல்லோரும் இருசாதிக்குப் பிறந்தவர்கள். இந்த வசையின் வலியை நான் சிறுவயதில் உணர்ந்திருக்கிறேன். அதுதான் வெள்ளாள சமூக மனப்பான்மை. பிறகல்லவா நலிந்தவனைக் கைதூக்கிவிடும் நல்லெண்ணம்! உயர் பதவிகளில் இருந்த எந்த வெள்ளாளனும் தனது சுற்றத்துக்கோ சமூகத்துக்கோ எந்த உபகாரமும் செய்ததில்லை. பாவப்பட்ட பள்ளி மாணவனுக்குப் புத்தகம் வாங்கிக் கொடுத்து அறிந்திருக்க மாட்டான். தாழக்குடி சின்னத்தம்பியாபிள்ளை போன்ற நிலச்சுவான்தார்கள் ஊருக்கு ஒன்றிரண்டுபேர் இருந்திருந்தால் பெரிய காரியம். இதற்கும் சில பழமொழிகள் உண்டு.

"கெட்டவனுக்கு இட்டவனும்லா கெட்டுப் போவான்."

"வெள்ளை வேட்டிக்குத் தடுக்குப் போடுவான்."

"தாங்குவார் உண்டும்ணா தளர்ச்சியும் உண்டு."

இன்று இவ்வளவு நலிவுக்கு ஆளானபிறகும் ஒற்றுமை என்பது இந்தச் சமூகத்தில் காணக்கிடைக்காத ஒன்று.

நாஞ்சில் நாட்டு வெள்ளாளர்கள் கல்வியறிவு உடையவர்கள். விவசாய வேலைகளில் தேவைக்கு அதிகமான ஓய்வு இருந்தது. இந்த ஓய்வு ஒருவிதமான வக்கிரத்தையும் ஏற்படுத்தி இருக்குமோ என்று தோன்றுகிறது. சில உரையாடல்களைக் கவனியுங்கள்:

"ஏய்! மெட்ராசிலேயா சோலியா இருக்கே? என்ன சம்பளம் கெடைக்கும் . . . ம் . . . போட்டும் . . . செலவுக்குத்தான் காணும்."

நாஞ்சில் நாட்டு வெள்ளாளர் வாழ்க்கை

தனி மொழியாக அல்லது கூட நிற்பவனிடம், "ஆயிரம் ரூபாண்ணு சொல்லுகான் . . . ஐநூறுதான் கெடைக்கும் . . . ஆளைப் பாத்தா தெரியல்லியா?"

"ஏய்! தூரா தொலையிலே போயி லாட்டரி அடிக்கதுக்கு இங்கிண ரெண்டு பால் மாடும் வச்சுக்கிட்டு வயலையும் சுத்தீட்டுத் திரியலாம்டே . . . அங்க என்ன அந்து விழுகுண்ணு போயிக் காஞ்சுக்கிட்டு கெடக்கே?"

– என்று ஒரு இலவசமான கௌன்சிலிங் நடக்கும்.

காலங்காலமாக இந்த மனோபாவம் மாய்ந்து போகாமல் இன்னும் அப்படியேதான் இருக்கிறது.

இரண்டு நெருக்கமான நண்பர்களை – அவர்கள் ஒரே இனத்தில் பிறந்தவர்களாக இருக்கவேண்டும் என்றுகூட கட்டாயமில்லை – 'தர்ப்பைப்புல்' என அழைக்கும் பழக்கம் இருந்தது. ஒரு கிராமத்தைச் சார்ந்தவர் பக்கத்துக் கிராமத்தைச் சார்ந்தவருடனும் 'தர்ப்பைப்புல்' ஆக இருந்திருக்கிறார். ஆபத்துதவிகள் போன்ற நட்பு. 'தர்ப்பைப்புல்' நண்பர்களாக ஆவதற்காகச் சடங்கு ஏதேனும் இருந்ததா என்று என்னால் தெரிந்துகொள்ள இயலவில்லை. இன்று அத்தகைய நண்பர்களாக இருந்தவர் யாரும் உயிருடன் இல்லை. அந்த பிரயோகமே கூட வழக்கில் இல்லை. 'சேக்காளி'கள் இருந்தனர், 'கூட்டாளி'கள் இருக்கின்றனர், 'தர்ப்பைப்புல்' இல்லை.

வெள்ளாளர் தமக்குள் முரணித் திரிந்தவர் என இக்கட்டுரையில் ஓரிடத்தில் குறிப்பிட்டுள்ளேன். ஆனால் சிறு நில உடைமையாளர் அல்லது விவசாயக்கூலி எனும் விதத்தில் அவர்களுக்குள் அபூர்வமான அல்லது அது இயல்பேயான சில பரிவுணர்ச்சிகள் அன்று இருந்திருக்கின்றன.

எவருடைய வயலிலோ நெற்பயிரை மாடு மேய்ந்துகொண்டிருந்தால், அனிச்சை செயல்போல அதை ஓட்டிவிடுவதுமல்லாமல் மாடுமேய்ப்பவனையோ மாட்டின் உரிமையாளனையோ கடுமையாய்க் கடிந்து கொண்டனர். எவர் பயிர் அழிந்தாலும் அது தன்பயிர் எனும் சோகம் அவனிடம் இருந்தது.

தன்னுடைய வயலுக்கு வெள்ளம் அடைக்கப்போனால், பக்கத்து வயல் காய்ந்துகிடந்தால் பொறுப்பதில்லை. தனக்கு வெள்ளம் பாய்ந்து முடிந்தபின், காய்ந்த வயலில் வாய்மடை திறந்து வெள்ளம் விலவி விட்டார்கள். அதோடு போகாமல், வயல் சொந்தக்காரரின் வீட்டுக்குப் போய், "ஏய், என்னா? வயலுக்கே போறதில்லையா? வீட்டிலே என்னா முட்டையா போடுகே? கால்தடம் பதியும் பாத்துக்கோ . . . நான் வெலவி விட்டிருக்கேன். போயிப் பாஞ்சாச்சாண்ணு பாத்து வாமடையை அடச்சுக்கோ" என்று கார்வார் செய்தனர்.

தெருவில் எவரேனும் தனது குடிசையின் கூரைக்கு ஓலை கட்டிக்கொண்டிருப்பார். கட்டுகிறவர் மோட்டு மேல் உட்கார்ந்திருக்க, கீழே நின்று ஒருவர் இரண்டிரண்டு ஓலையாய் எடுத்துக் கொடுப்பார். பார்த்துக்கொண்டு அந்த வழியே போகிறவர் நமக்கென்ன என்று நகர்ந்துவிடுவதில்லை. வேட்டியைத் தார்பாய்ச்சிக் கட்டிக்கொண்டு, தானும் மோட்டு மேலேறி ஓலைகட்டத் துவங்குவார். அடுத்து வந்து சேருபவர் கீழே நின்று ஓலை எடுத்துக் கொடுக்க ஆரம்பிப்பார். ஆறு மணிக்கூர் ஆகும் வேலை மூன்று மணிக்கூரில் முடியும். சலுகையாகக் கிடைப்பது ஒரு தம்ளர் பாலூற்றாத கருப்புக்கட்டி காப்பி மட்டும்தான்.

களத்துச் சுவர், பெய்த அடைமழையில் விழுந்து கிடக்கும். களத்தின் நடுவில் மண் குழைத்து பெரிய உருண்டையாக உருட்டி மண் வைத்துக்கொண்டிருப்பார்கள். மண் வைக்கும் வாக்கு வசப்படாவிட்டால், கட்டை மண் சுவர் சவண்டு கொண்டு போகும். அந்த வழி நடக்கிறவர் சற்று நின்று கவனிப்பார். முகத்தில் சிறு ஏளனம் அரும்பும். "ஏய், என்னா? பிராம்மணப் பிள்ளை நண்டு புடிச்சால இருக்கு... மாறு..." என்று கூறி, வேட்டியைத் தார்பாய்ச்சிக் கட்டி, சவண்டுகிடக்கும் மண் சுவரைக் கோடி மண்வெட்டி கொண்டு கணக்காகச் செதுக்கி எடுப்பார். பிறகு குழைத்த மண்ணை உருட்டிக் கையில் வைத்துக் கொண்டு சுவரில் நின்று அகன்று, பள்ளம் கிடக்கும் இடம் பார்த்து சிறுசிறு உருண்டைகளாக எறிந்து கோணிக்கிடந்த மண் சுவரைத் திருத்துவார்.

பெரு வெள்ளம் கரை மறிந்து போகையில், பாலத்துச் சுவரில் இருந்தோ, புன்னைமரக் கிளைகளில் இருந்தோ சிறுவர் படை குதித்துக் கரையேறி, மீண்டும் குதித்து, கண் சிவக்க நீர் துழாயும். எவர் பிள்ளை என்று பாராமல் இரண்டு சாத்துச் சாத்தியோ, அதட்டியோ, கரையேறச் சொல்வார்கள்.

கல்யாணத்துக்கு ஆக்குப்புரையில் கோட்டை அடுப்புப்போட, விறகு சுமந்து அடுக்க, களம் திருத்த, கழிக்கோல் நட்டு ஓலைக் காமணம் போட, தேங்காய் தொலிக்க, காய்கறி வாங்க, நெல் குத்த, கல்யாணத்துக்கு முன்தினம் காய்கறி வெட்ட, தேங்காய் திருவ, தண்ணீர் சுமக்க, வைப்புக்கார ஐயருக்குக் கூடமாட நிற்க, பந்தி விளம்ப, இலை எடுக்க, பாத்திரம் கழுவி அடுக்க – அன்றைக்கு எல்லாம் சம்பளக்காரன் இல்லை.

அதுபோல் பெண்களும். அண்டை அயலார், உறவினர் யாவரும் உழைப்புத் தானத்துக்குத் தயங்கியவர் இல்லை. நெல் அவிக்க, வெஞ்சனம் இடிக்க, மாவிடிக்க, கடைச் சாமான்கள் புடைத்து நாவி அளந்து கட்டி வைக்க, அரிசி புடைக்க, கல் நாவ என.

சூலழைப்புக்கோ, மறுவீட்டுக்கோ, ஆயிரம் முறுக்கு கொண்டு போக வேண்டுமானால், இரண்டாயிரமாவது சுடவேண்டும். அரிசி கொவரப்போட்டு இடிக்க, உளுந்தமாவு இடிக்க, அரித்துக் கொடுக்க எல்லாம் அக்கம் பக்கத்தவர். மாற்றுலக்கை போடுவது என்பது ஆதிதாளம் பிசகாது. உளுந்தமாவும் அரிசிமாவும் உப்புப் பரல் கரைத்த நீரும் கறுத்த எள்ளும் வெண்ணெயும் சேர்த்துப் பிசைந்து மாவு சேர்த்துக் கொடுப்பது என்பதோர் தொழில் நுட்பம். எண்ணெய்ச் சட்டி வைத்து அதிகம் முறுகாமல், அதிகம் சிவக்காமல், குறையான வேகுதல் இல்லாமல் சுட்டு எடுப்பது மற்றோர் தொழில் நுட்பம். பனையோலைச் சுளவு கவிழ்த்து, அதன்மேல் வெள்ளைத் துணி நனைத்துப் பரத்தி முறுக்கு மாவைக் கையில் கொழுக்கட்டை பிடித்து வசமாக முறுக்குச் சுற்ற நாலைந்து பெண்கள். பத்துப் பன்னிரெண்டு வயதுப் பெண்பிள்ளைகளும் வந்து உட்கார்ந்து முறுக்குச் சுற்ற கற்றுக்கொள்ளும். சிறுமிகள் சுற்றிய முறுக்கைச் சுட்டு அவர்களுக்கே தின்னத் தருவார்கள். காலையில் பத்துமணிக்கு எண்ணெய்ச் சட்டி வைத்தால் இறக்க விளக்கு வைக்கும், மதியம் சாப்பிட, பிடிவாதமாய் அவரவர் வீட்டுக்குப் போய்விடுவார்கள். ஏற்கனவே சொன்ன கருப்புக்கட்டி காப்பி மட்டும்தான் சலுகை.

ஒரு வீட்டில் பெண்பிள்ளைக்கு மேலுக்கு சுகமில்லை என்றால் கறிக்கு அரைத்துக் கூட்டிப் போட பக்கத்து வீட்டுக்காரி வருவாள். மண்பானையில் வேகும் மூன்று பக்கா அரிசி வெந்ததும் உலை மூடி போட்டுக் கவிழ்த்து வடித்துக் கொடுக்க வருவாள்.

வயிற்றுச் சூலிக்கு உதவுவார் உண்டு. பிள்ளைத் தாய்ச்சிக்குப் பாலூற பால்பூச்சி மீன் வாங்கித் தருவார் உண்டு. சிவந்த கண்ணில் பிள்ளைப்பால் பீய்ச்சுவார் உண்டு. மண்டையிடிக்கு ஆனைப்பல்லும் சுக்கும் உரைத்து நெற்றியில், உச்சியில் பூச சங்கில் பிள்ளைப் பால் பீய்ச்சித் தருவார் உண்டு. அதற்காகச் சின்னப்பிள்ளைச் சண்டைக்குப் போக மாட்டார்கள் என்றில்லை.

தன் வீட்டில் சர்க்கரைக் கொழுக்கட்டை, வெந்தயக் கொழுக்கட்டை அவித்தாலோ, உளுந்தஞ்சோறு பொங்கினாலோ, உளுந்தங் களி கிண்டினாலோ, வெந்தயக் காடி காய்ச்சினாலோ, வருக்கைச் சக்கை வெட்டினாலோ, பனங்கிழங்கு சுட்டாலோ, நாலு வீடு தாண்டி இருக்கும் வயிற்றுச் சூலிக்குச் சின்னச் சருவத்தில், தலை முந்தியைப் போட்டு மூடி சுடச்சுடக் கொண்டு போய்க் கொடுத்ததுண்டு.

இன்று, என்னறிவில், எல்லாம் கரைந்து போய்க்கொண்டிருக் கின்றன. பாம்பு அடித்தால் குழிதோண்டி மூடக்கூட முதலில் சம்பளம் பேசிக்கொள்கிறார்கள். முருங்கைக்காய் பறிக்கக் கூலி. வயலில் மாடு மேய்ந்தால் நமக்கென்ன என்று போகிறார்கள் அல்லது ‘செறுக்கிவிள்ளைக்குப் பயிரை நல்லா மேயட்டும்’

என்று கறுவுகிறார்கள். அடுத்தவன் வயலில் வெள்ளம் பாய்ந்தால் என்ன காய்ந்தால் என்ன எனும் மனோபாவம் வந்துவிட்டது.

முறுக்குச் சுற்றும் பெண்கள் கிராமத்துக்கு இரண்டுபேர் இருந்தால் அதிசயம். முறுக்குக்கு ஐந்து பிரி எனும் கணக்கில் வடிவீஸ்வரத்திலோ, கோட்டாற்றிலோ, ஒழுகினசேரியிலோ, தாழக் குடியிலோ ஆர்டர் கொடுத்து வாங்கிக்கொள்ள வேண்டியதுதான்.

முடியாமல் கிடப்பவளுக்கு ஒரு குடம் தண்ணீர் கோரிக் கொடுக்கத் தாங்க வேண்டியதிருக்கிறது.

வாசல் தெளிக்க, வீடு மெழுக எவர் வீட்டுத் தொழுவிலும் புகுந்து புதுச்சாணி உருட்டிக் கொண்டு வரலாம் முன்பு. மாடில்லாதவன் வீட்டுக் கழுநீர், மாடு உள்ளவன் வீட்டுக் கல் தொட்டிக்குக் குடத்தில் சுமந்து சென்று ஊற்றினார்கள். இன்று மாடுள்ள வீடுகளே குறைந்து போயிற்று. எங்கும் கழுநீர்ப்பானைகள் இல்லை. வாழைப்பழத்தோல் வீணாகப்போகிறது. சாணம் போட்டு மெழுகும் தோதில் வீட்டுத் தரைகளும் இல்லை. வாசல் தெளிப்பதற்கு சாணம் கரைத்த நீர் வேண்டாம் இன்று, வெறுந் தண்ணீரே போதும்.

சற்று யோசித்துப் பார்க்கும்போது ஒரு வித சுய வெறுப்புக்கும் பொதுப் பகைக்கும் ஆளாகி வருகிறார்களோ என்று எண்ணத் தோன்றுகிறது.

பெரும்பாலும் நாஞ்சில் நாட்டு வெள்ளாளர் கிராமங்களை அடுத்து சாம்பவர் குடியிருப்புகள் இருந்தன. வெள்ளாளர் கிராமங் களை 'ஊர்' என்றும் சாம்பவர் கிராமங்களை 'சேரி' என்றும் அழைத்தனர். பிராம்மணர் குடியிருப்புக்களை 'கிராமம்' என்றனர். சங்க இலக்கியங்களில் 'பார்ப்பனச் சேரி' என அழைக்கப்பட்டதாகத் தெரிகிறது. வெள்ளாளர் வீடுகள் இருந்த தெருக்களிலேயே ஊருக்கு ஒரு குடும்பம் கொல்லர், தச்சர் இருந்தனர். அவர்களை அண்ணன் தம்பி என்றும், சித்தப்பா பெரியப்பா என்றும் முறை வைத்துக் கூப்பிட்டனர். நாவிதர், வண்ணார் இருந்தனர். நாவிதனைக் 'குடிமகன்' என்றும் 'வைத்தியன்' என்றும் வழக்கில் அழைத்தனர். ஆதாரங்கள் என வழங்கப்பட்ட பழைய ஆணவங்களில் நாவிதனை 'ப்ராணோபகாரி' என்று வழங்கப்பட்டுள்ளது. வண்ணாரை 'உவர்' என்ற பெயரில் – அவர்கள் உவர் மண்ணைச் சலவைக்கு உபயோகித்ததால் – ஆதாரங்கள் அறிவிக்கின்றன. மலையாளத்தில் வண்ணானை 'மண்ணான்' என்று வழங்கினர். உவர் மண்ணை உபயோகித்ததால், மண்ணான் ஆகி இருக்கலாம். 'அண்ணான் சாடினான் என்று மண்ணான் சாடலாமா?' என்று ஒரு பழமொழி உண்டு மலையாளத்தில். அண்ணான் என்றால் அணில் எனும் அணிற்பிள்ளை. பழைய திருவிதாங்கூர் சமஸ்தானத்தில் நில உடைமை அல்லது மனை உடைமைப் பத்திரங்கள் எழுதியபோது

'தாழக்குடி உவர் ராமசாமி மகன் மாடசாமி' என்ற ரீதியில் எழுதப்பட்டன.

தாழக்குடி, தேரேகால்புதூர், குறத்தியறை ஆகிய ஊர்களில் குயவர் தெருக்கள் இருந்தன. 'இதே போக்கிலே போனாம்ணா கடேசியிலே தேராப்பூரு (தேரேகால்புதூர்) சட்டிதான் எடுக்கணும்' என்பது அடிக்கடி ஒலிக்கும் ஒரு வாசகம். பொங்கலுக்கு, குழந்தை பிறந்த வீட்டில், இறப்பு நடந்த வீட்டில், பழைய பானை சட்டிகளை எறிந்துவிட்டு புதுப்பானைகள் வாங்கினார்கள். உப்புப்பானை, புளிப்பானை, ஊறுகாய்ப் பானை, சோற்றுப்பானை, கறிச்சட்டி, பரந்த சட்டி, மீன்சட்டி, தோண்டி, கலயம் என. விதை நெல் போட்டுவைக்கும் குலுக்கை சமையலுக்கு உபயோகப்படுத்தாததால் அதனை மட்டும் மாற்றுவதில்லை. வீடு பூரா மண்பாண்டங்கள் மயமாக இருந்தன.

சில ஊர்களில் மட்டுமே பிராம்மணக் குடிகள் இருந்தன. அவர்கள் தம் நிலங்களை சொந்தமாய்ப் பயிர் செய்ததும் உண்டு. வெள்ளாளர்களிடம் அல்லது சாம்பவர்களிடம் பாட்டத்துக்கு விட்டதும் உண்டு. யாவருள்ளும் சுமுகமான உறவு இருந்தது என்றாலும் 'ஆமவடை உளுந்த வடை ஐயருக்குப் பல்லை உடை' எனும் பழமொழி திராவிட இயக்கங்களின் தாக்கங்களுக்கும் முன்பே புழக்கத்தில் இருந்திருப்பது எண்ணத்தக்கது. 'பணம் பெருத்தால் பறச்சேரியில் போடு' என்றொரு பழமொழி பழக்கத்தில் இருந்திருக்கிறது. 'நாஞ்சில் நாட்டான் நஞ்சிலும் கொடியோன்' எனக் குடிலன் வாயிலாக மனோன்மணீயம் சுந்தரம்பிள்ளை கூறுவதும் ஒரு பழமொழியாக புழங்கப்பட்டதுதான். இவையெல்லாமே சுமுகமான உறவுகளுக்கு அடையாளங்கள்தானா என்றும் எனக்குத் தோன்றும்.

வெள்ளாளர்களை அடுத்துப் பெரிய எண்ணிக்கையில் வாழ்ந்தவர், நாஞ்சில் நாட்டில் சாம்பவர். அவர்கள் இந்துக்கள் ஆனாலும் மதம் மாறிய கிறிஸ்துவர்கள் ஆனாலும் விவசாயக் கூலிகளாக இருந்தனர். சிறுநில உடைமையாளர்களாகவும் ஏர்மாடு, பால்மாடு வைத்திருந்தவராகவும் இருந்தனர்.

விவசாயம் செய்யும்போதும் பிற காரணங்களுக்காகவும் வெள்ளாளர் – சாம்பவர் – பிராம்மணர்களுக்கிடையில் பெரிய அளவு மனஸ்தாபங்கள், வழக்குகள் ஏற்பட்டதாகத் தெரியவில்லை. மதக்கலவரம் அல்லது இனக்கலவரம் அல்லது ஆயுதம் தாங்கிய சச்சரவு என்பதெல்லாம் நாஞ்சில் நாடு காணாத ஒன்று. எல்லோருக்கும் இருந்த கல்வியறிவு மற்ற பிரதேசங்களிலிருந்து நாஞ்சில் நாட்டைப் பல விஷயங்களில் பிரித்து நிறுத்தியது. மலம் அள்ளுவது என்பது நாஞ்சில் நாடு காணாத ஒன்று.

'பார்ப்பானுக்கு மூத்தவன் பறையன்' என்றொரு பழமொழியும் நம்பிக்கையும் இருந்தது. பார்ப்பனருக்கும் வெள்ளாளர்களுக்கும்

நம்பிக்கைக்கு உரியவர்களாகச் சாம்பவர் இருந்திருக்கின்றனர். மைனர்கள், சட்டம்பிகள் எல்லாப் பிரிவிலும் இருந்திருக்கின்றனர். சமுதாயமே அவர்களைத் தட்டிக்கேட்டிருக்கின்றது.

வெள்ளாளர் அறுத்தடிப்புக் களங்களில் சாம்பான் சாமி என சாம்பான்பீடம் இன்றும் காணப்படுகிறது. சில இடங்களில் மாட்டுத் தொழுவத்தில் இருக்கும். சுடலைமாடன், புலைமாடன் படங்கள் இருப்பது போல. விசேட நாட்களில் சுடலைமாடன், புலைமாடன்களுக்கு வழிபாடு செய்யும் வெள்ளாளன் சாம்பான் பீடத்துக்கும் வழிபாடு செய்வான். தனிநபர் கொடுமைகள் இழைக்கப்பட்டிருந்தாலும் மனிதம் சார்ந்த பரிவுக் கரங்கள் நீண்டிருக்கின்றன.

வெள்ளாளர்களிடையேயும் கிறிஸ்துவ இஸ்லாமிய மதமாற்றங்கள் இருந்தன. ராமபுரம், ராஜாவூர் போன்ற ஊர்களில் வாழ்ந்த வெள்ளாளர்கள் கூட்டமாக கிறிஸ்துவத்துக்கு மாறியுள்ளனர். மாறிய பிறகும் அவர்கள் வெள்ளாளர்களாக இருந்தனர். மதம் என்பதும் சாதி என்பதும் வேறு வேறு அடையாளங்கள். அவர்களுக்கும் மதம் மாறிய நாடார் அல்லது சாம்பவர் சமூகத்துக்கும் கொள்வினை கொடுப்பினை இல்லை. அதாவது ஆரோக்கிய சாமிப் பிள்ளை மத்தியாஸ் நாடார் வீட்டில் பெண் எடுப்பதில்லை, பெண் கொடுப்பதில்லை. கிறிஸ்துவ, இஸ்லாமியப் பெயரானாலும் 'பிள்ளை' பட்டம் போகவுமில்லை. எனவேதான் அந்தோணிப் பிள்ளை, சவேரியார் பிள்ளை, மாலிக் பிள்ளை, மைதீன் பிள்ளை எனும் தனித்த அடையாளங்கள். வள்ளியூரில் தொன்மையானதோர் கிறிஸ்துவ தேவாலயத்தில் ஆல்டருக்கு இடதுபுறம் பிள்ளைமாரும் வலதுபுறம் நாடார் களும் அமர்ந்தனர் என்பதும் நடுவில் மண்சுவர் இருந்தது என்பதும் மண்சுவரை அகற்ற மண்டைகள் முதலில் உடைக்க வேண்டியது இருந்தது என்பதும் வரலாறு. அங்கு யாரும் ஒரு கன்னத்தில் அடிவாங்கியதும் மறுகன்னத்தைக் காட்டியதாகவும் தெரியவில்லை. இதை நான் எழுதும்போது ஒரு இந்துவாக நின்று எழுதுவதாகவும் சொல்வார்கள். ஒரே மதமானாலும் இனமானாலும் வெள்ளை வேட்டிக்குக் கிடைக்கும் வரவேற்பு அழுக்கு வேட்டிக்குக் கிடைப்பதில்லை. வெள்ளாளன் ஆனால் என்ன, சாம்பவன் ஆனால் என்ன, நாடான் ஆனால் என்ன? எல்லாம் பொருள் சார்ந்த இயக்கம், அன்றும் இன்றும் என்றும்.

நாஞ்சில் நாட்டின் நட்ட நடுவில் மாதவலாயம், திட்டுவிளை என்று இஸ்லாமிய மதத்துக்கு மாறிய ஊர்கள் இன்றும் இருக்கின்றன. மதம் மாறியவராயினும் மாறாதவராயினும் அவர்கள் தொழிலில் மாற்றமில்லை. குறைந்த அளவில் குறுநில உடைமையாளர்களும் இருந்தனர். நீர்வளம் நிலவளம் தாராளமாக இருந்தாலும் பல மாதங்கள் விவசாயத்தில் வேலை இல்லாத காரணத்தால்

ஒறுவினைக்கால வறுமை இருந்தது. தத்தம் இனத்துச் செல்வர்களிடம், வெள்ளாளர்களிடம் கோட்டைக்கடன் வாங்கியும் மூக்குத்தி கம்மலைப் பணயம் வைத்தும் பித்தளை செம்பு பானை, குத்துப்போணிகளைப் பணயம் வைத்தும் காலம் செல்லாக்க வேண்டியதிருந்தது. விவசாயக் கூலிகளான வெள்ளாளரும் இதில் விதிவிலக்கு இல்லை. பணயம் வைத்த பாத்திரங்கள் மீண்டு போகாமல் இருக்க ஆணியால் அடித்துப் பானைகளை ஓட்டை யிட்ட வெள்ளாடிச்சிகளும் இருந்தனர்.

உணவுப் பழக்கங்களில் பெரும்பான்மையான வெள்ளாளர் கடல் மீன் தின்றனர் எனில் சாம்பவர் கடல் மீனுடன் ஆற்று மீனும் குளத்து மீனும் தின்றனர். என்றாலும் விராலும் விலாங்கும் அயிரையும் சாப்பிட்ட வெள்ளாள வீடுகள் உண்டு. இரு தரப்பி னருமே மாட்டிறைச்சி சாப்பிடுபவர்கள் அல்ல. சில வெள்ளாளர் வீடுகளுக்கு, அடக்கமாக, நட்புடன், சாம்பவர், சேம்பிலையில் பொதிந்து பன்றிக்கறி கொடுத்திருக்கிறார்கள். என்றாலும் 'ஊசு, ஊசெ'ன்று பக்கத்து வீடுகளுக்குத் தெரியாமற்போவதில்லை. ஆற்று மீன், குளத்து மீன் சாப்பிடாததைப் போலவே, பொதுவாக, வெள்ளாளர் ஆட்டுத்தலை, குடல்கறி சாப்பிடுவதில்லை.

விவசாயக் கூலிகளுக்கான பல துன்பங்கள் சாம்பவருக்கு இருந்தன. சேரிகள் பல அடிக்கடி தீப்பிடித்து எரிந்துள்ளன. இதில் மறைவாக வெள்ளாளக் கொடுங்கரங்களும் இருந்துள்ளன. தீக்கிரையாக்குவதும் பிறகு கழிக்கோலும் தென்னையோலைக் கட்டுக்களும் அரிசியும் பணமும் கொடுத்துக் கடன் பட்டவர்களாக அவர்களை வைத்திருப்பதுமானதோர் தந்திரம் வெள்ளாளப் பண்ணையார்களிடம் இருந்திருக்கிறது.

பறையன், பறைச்சி என்ற சாதிப் பெயரைவிடவும் தாராள மாகப் புழங்கிய சொற்கள் 'சாம்பான், சாம்பாத்தி' என்பன. 'வெள்ளாம்பிள்ளை' என்பது மறுபக்க விளிச்சொல்லாக இருந்திருக்கிறது.

வெள்ளாளர் வீடுகளுக்குள்ளும் கோயில்களுக்குள்ளும் சாம்பவர் அனுமதிக்கப்பட்டதில்லை. வெள்ளாளர் சாம்பவருக்கு இழைத்த கொடுமைகள் பல. எட்டுவயது வெள்ளாளப் பொடியன் அறுபது வயசு சாம்பான் வயசாளியை "ஏலே" என்றும் பெயர் சொல்லியும் அழைத்தான். பாலியல் அத்துமீறல்கள் இருந்தன என்று இலேசாக என்னால் சொல்லி நகர்ந்துவிட இயலவில்லை. உளவியல் ரீதியாகவும் தனியாகப் பார்க்கப்படவேண்டிய விஷயம் இது. காதல் எப்படியோ, ஆனால் காமம் இருபாலரிடமும் சாதி பார்க்கவில்லை என்பது மனித குல வரலாற்று உண்மை.

சாம்பவர் வெள்ளாளர்களைப் போலவும் அவர்களை விடவும் விவசாய நுணுக்கங்கள் தெரிந்தவர்களாக இருந்தனர். வயல் வேலைகளை மேற்பார்வை செய்பவர்களாக, உழுபவர்களாக,

வில்வண்டி, பாரவண்டி அடிப்பவர்களாக, உரம் சுமப்பவர்களாக, பெண்கள் நடவு, களைபறி, தாள்பொறுக்கும், உரம் சுமப்புவேலை செய்பவர்களாக, களம் தூப்பவர்களாக, சண்டு விடுபவர்களாக, மாட்டுச்சாணம் தொழுவில் வழிப்பவர்களாக, தொட்டிக்குத் தண்ணீர் சுமப்பவர்களாக, விவசாயம் சார்ந்த சகல சுற்றுபாட்டு வேலைகளும் செய்பவர்களாக இருந்தனர்.

வெள்ளாளர்கள் சாம்பவர்களைப் பொருளாதார ஏற்ற தாழ்வு சார்ந்த, நிலவுடைமை – விவசாயக் கூலித்தொழில் சார்ந்த, சமூக ஏற்றதாழ்வு சார்ந்த சகல துன்பங்களுக்கும் ஆளாக்கி இருக்கிறார்கள். சகமனிதனைப் போல நடத்திய சந்தர்ப்பங்கள் மிகக் குறைவாகவே இருக்கும். என்றாலும் தனிமனித நட்பு சார்ந்த பரிவும் தோழமையும் அபூர்வமாக இருந்திருக்கிறது.

வெள்ளாள ஊர்களுக்குச் சில்லறை வியாபாரத்துக்கும் வயல் அறுவடைக்கும் சூடடிப்புக்கும் வரும் குமரி மாவட்டத்தின் பிற பகுதிகளில் வாழும் சாணார் என்று ஆரம்பத்திலும் பின்பு நாடார் என்றும் அழைக்கப்பட்ட மக்களையும் வெள்ளாளர்கள் மோசமாகவே நடத்தினார்கள். ஆனாலும் அவர்களது கடினமான உழைப்பின்மீது வெள்ளாளர்களுக்குப் பிரமிப்பு இருந்தது. மேலும் நாடார்கள் அடிமுறைகளும் வர்மஸ்தான பிரயோகங்களும் தெரிந்தவர்கள் என்பதில் உள்ளார்ந்த அச்சமும் இருந்தது. ஆனால் அரசாட்சி செய்த திருவிதாங்கூர் மன்னர்களுக்கு வேண்டியவர் களாக வெள்ளாளர்கள் இருந்ததால் அதிகாரத்தின் கரங்களாகவும் அவர்கள் செயல்பட்டிருக்கின்றனர்.

வெள்ளாளர்களைப் போலவே சாம்பவர்களும் சாணார்களை இளக்காரப் பார்வை பார்த்தனர். வெள்ளாளன் நாடார்களைச் சரிசமமாக நடத்துவதில் சாம்பவருக்கு எதிர்ப்பு இருந்தது. வயல் வேலை செய்யும் சாம்பவர் அறுத்தடிப்புக்கு வரும் நாடாருடன் சேர்ந்து உட்கார்ந்து சாப்பிட உடன்பட்டதில்லை.

நாஞ்சில் நாட்டு ஊர்களுக்குள் நாடார் குடியிருப்புக்களை அன்று அவர்கள் அனுமதிக்கவில்லை. நிலங்களோ வீடுகளோ விலைக்கு வாங்க முடியாது. ஆரல்வாய்மொழி, சந்தைவிளை, இறச்சகுளம் போன்ற ஊர்களில் பின்னர் நாடார் குடியிருப்புகள் அமைந்தன. ஆனால் இன்று நிலங்கள், தோப்புகள் கைமாறும்போது காலம் 'போடா புல்லே' எனக் கைமலர்த்தி விட்டது. என்றாலும் வெள்ளாளர் தெருக்களில் இன்றும் சாம்பவர் அல்லது நாடார் வீடுகள் வாங்க அனுமதிக்கப்பட்டதாகத் தெரியவில்லை.

'வாதிரி' என்றோர் இனம் தெங்கம்புதூர், கண்ணன்பதி போன்ற ஊர்களில் மிகச் சிறிய சிறுபான்மையினராக வாழ்கின்றனர். மள்ளர் எனப்படும் தேவேந்திரகுல வேளாளர் குலத்துடன் சேர்த்து அவர்கள் அடையாளம் காணப்படுகின்றனர்.

அரசியலில் அன்று இருந்த பங்கும் இன்றைய அவலமும்

திருவிதாங்கூர் சமஸ்தானாதிபதிகளுக்கு மிகவும் நெருக்கமானவர்களாக இருந்திருக்கின்றனர் வெள்ளாளர். திருவனந்தபுரம் மன்னர் கொட்டாரங்களில் சில முக்கிய பொறுப்புக்களில் இருந்துள்ளனர். குறிப்பாக 'வலிய கணக்கெழுத்து' என்ற அக்கவுண்டன்ட் ஜெனரலுக்கு இணையான பெரிய பதவியில் வெள்ளாளர் இருந்திருக்கின்றனர். நில அளவு அதிகாரிகள், கேள்விக் கச்சேரிகள், மணியங் கச்சேரி, பார்வத்தியக்காரர் பதவிகளில் பிராம்மணர், நாயருக்கு அடுத்தபடியாக வெள்ளாளர் வைக்கப்பட்டனர்.

'கணக்குப்பிள்ளை' என்ற சொற்றொடர் அவர்கள் பார்த்த வேலை காரணமாக ஏற்பட்டிருக்க வேண்டும். அரை, கால், காலே அரைக்கால், அரைக்கால், முண்டாணி, மாகாணி, அரை மாகாணி, முந்திரி எனும் – ½, ¼, 3/8, 1/8, 3/16, 1/16, 1/32, 1/64 – வாய்ப்பாடுகளில் தேர்ச்சி பெற்றவராக இருந்தனர். இந்திய

ரூபாயின் காலணாக்களிலும் திருவிதாங்கூர் சமஸ்தான பணம், சக்கரம், காசு ஆகியவற்றில் கணக்குப் போடவும் பணத்திலிருந்து ரூபாய்க்கும் ரூபாயிலிருந்து பணத்துக்கும் மாற்று செய்யவும் இந்த வாய்ப்பாடுகள் அவர்களுக்குப் பயன்பட்டன.

T.S. லக்ஷ்மணன்பிள்ளை என்பவர் திருவிதாங்கூர் சமஸ்தானத்தின் பிரபல சங்கீத சாகித்ய கர்த்தாவாக விளங்கியவர்.

அரசு உத்யோகம் பார்க்கப் படிப்பு வேண்டும் என்பதற்காக வெள்ளாளர்கள் மலையாள மொழியையும் கூடுதலாகப் படித்தனர். அன்று ஊழியர்களின் சம்பளம் 'ஸ்ரீபத்மநாபன் காசு' எனக் கருதப்பட்டது. மகாராஜாவே 'ஸ்ரீபத்மநாப தாஸ'னாக நாட்டை ஆண்டார். 'பத்துச் சக்கரம் ஜோலின்னாலும் பப்பனாவன் காசுல்லா' என்ற பழமொழி வழக்கில் இருந்தது.

அரசுப் பணிகளில் ஒன்றான தூக்கிலிடும் வேலை செய்தவர்கள் 'ஆறச்சார்' என்று அழைக்கப்பட்டனர். இது எந்த மொழிச் சொல் என்று எனக்குத் தெரியவில்லை. இந்த ஆறச்சார் பணியை மக்கள் வழி வெள்ளாளர்கள் செய்து வந்ததாகத் தெரிகிறது. வீமநகரி, தாமரைகுளம் ஊர்களில் அவர்களுக்கு மானியமாக நெல்வயல்கள் அளிக்கப்பட்டன. அன்றைய ஆறச்சார் குடும்பத்தின் வாரிசுகள் இன்றும் வாழ்கிறார்கள். சமூகத்தில், இந்தப்பணி செய்ததற்காக அவர்களுக்கு, நிலைக்குறைவு எதுவும் இருந்ததாகத் தெரியவில்லை.

தூக்கிலேற்றப் பயன்படுத்தப்பட்ட கயிறு, பத்ரகாளி அம்மன் கோயிலில் பூஜையில் வைத்த பின்பு உபயோகப்படுத்தப்பட்டது என்றும், ஒரு முறை பயன்படுத்தப்பட்ட கயிறு மறுமுறை பயன்படுத்தப்படவில்லை என்றும் தெரிகிறது. தூக்கிலிடப் பயன்படுத்தப்பட்ட கயிற்றினால் தொட்டில் கட்டினால் பிறந்த குழந்தைகளுக்கு 'செடிக்குற்றம்' வராது என்று நம்பிக்கை அன்று இருந்திருக்கிறது.

மகாராஜாவுக்கு நெருக்கமானவர்களாக நாஞ்சில் நாட்டு வெள்ளாளர் இருந்த போதிலும், பேச்சிப்பாறை அணை கட்டப் பட்டு, நாஞ்சில் நாட்டு விவசாயத்துக்கான தண்ணீருக்கு வரி விதிக்கப்பட்டபோது, அதை எதிர்த்து வழக்குத் தொடர்ந்து வெற்றி பெற்ற ஆவணங்கள் உள்ளன. இன்றும் கூடங்குளம் அணுமின் நிலையத்துக்குப் பேச்சிப்பாறை அணையின் தண்ணீரை உபயோகப்படுத்தக்கூடாது என்றும், அதை விவசாயத்துக்கு மட்டுமே பயன்படுத்த வேண்டும் என்றும் மேற்சொன்ன வழக்கை ஆதாரம் காட்டி புதியதோர் வழக்கு தொடரப்பட்டு அது நிலுவையில் உள்ளது.

திருவிதாங்கூர் ராஜ கொட்டாரங்களுக்கு நாஞ்சில் நாட்டிலிருந்து வெள்ளாளர்கள் வண்டி வண்டியாக நெல்

அனுப்பிவந்தனர். தோவாளையில் இருந்து பிச்சியும் கொழுந்தும் செவந்தியுமாகப் பூக்கள் அனுப்பினர். பானை பானையாகத் தயிர்க் குடங்கள் போயின.

நாஞ்சில் நாட்டைத் தோவாளைத் தாலுகாவில் அழகியபாண்டியபுரம், அனந்தபுரம், நடுவுப்பிடாகை, மேல்பிடாகை, தாழக்குடி, தோவாளை என்றும் அகஸ்தீஸ்வரம் தாலுகாவில் படைப்பற்று, தேரூர், கோட்டாறு, பறக்கை, சுசீந்திரம், அகஸ்தீஸ்வரம் என்றும் பன்னிரண்டு பிடாகைகளாகப் பிரித்து வெள்ளாள நிலவுடைமையாளர்களை பிடாகைக்கு ஒரு மூத்த பிள்ளையாக நியமித்திருந்தனர். மூத்த பிள்ளைகளுக்கு அரசவையில் இடம் இருந்தது. மூத்தப் பிள்ளைகள் அனைவருமே மருமக்கள் வழி வெள்ளாளப் பிரிவினர். அரச குடும்பத்துக்கு நாஞ்சில் நாட்டு வெள்ளாளர்களுடன் இருந்த உறவு, மார்த்தாண்ட வர்மா மகாராஜாவுக்கும் ராமன் தம்பி – பப்புத் தம்பி – எட்டு வீட்டுப் பிள்ளைமாருக்கும் நடந்த உள் நாட்டு வாரிசுரிமைக் கலகங்களுக்குப் பிறகு நெருக்கமானது.

சமீபகாலம் வரை வசதி படைத்த வெள்ளாளர் வீடுகளில் திருவிதாங்கூர் மன்னர் ஸ்ரீ சித்திரைத் திருநாள் மகாராஜா படம் இருந்திருக்கிறது. கிருஷ்ணன்கோயில், திருப்பதிசாரம், ஒழுகினசேரி, கன்னியாகுமரி ஆகிய ஊர்களில் மகாராஜா கொட்டாரங்களும் 'அம்ம வீடுகளும்' இருந்திருக்கின்றன. திருவிதாங்கூர் சமஸ்தான மன்னர்கள் – சுவாதித் திருநாள், அவிட்டம் திருநாள், மூலம் திருநாள், சித்திரைத் திருநாள், மார்த்தாண்ட வர்மா, பாலராம வர்மா, ராணி சேது லட்சுமிபாய், ராணி பார்வதிபாய் பற்றிய பாடங்கள் பள்ளிக் குழந்தைகளுக்கு இருந்துள்ளன. வேலுத்தம்பித் தளவாய், திவான் சர்.சி.பி. ராமஸ்வாமி ஐயர் போன்ற பெயர்கள் பயபக்தியுடன் உச்சரிக்கப்பட்டு வந்தன. நாஞ்சில் நாட்டு வெள்ளாளர் சமூக வாழ்வில் திருவிதாங்கூர் மன்னர்களின் ஆதிக்கம் பூரணமானது.

சுசீந்திரம் தாணுமாலய சுவாமி கோயில் தேரோட்டம் நடக்கும் நாளில், தேர் நிலைக்கு நின்ற செய்தி தொடர்வேட்டுக்கள் மூலம் ஐம்பது கற்களுக்கு அப்பால் திருவனந்தபுரத்தில் உபவாசம் இருந்த மன்னருக்கு அறிவிக்கப்பட்டது என்றும் அதன் பிறகுதான் அவர் உணவு அருந்தினார் என்றும் தெரியவருகிறது.

நாஞ்சில் நாட்டில் இருந்த அரச பரம்பரை நிலங்கள் வெள்ளாளர்களால் பயிர் செய்யப்பட்டு வந்தன. அவை 'ஸ்ரீ பண்டார வகை நிலங்கள்' என்றும் வெள்ளாளர் கொடுத்த பாட்டம் 'ஸ்ரீ பண்டாரவகை பாட்டம்' என்றும் அழைக்கப்பட்டன. வரியாக, நெல், 'மணியம்கரம்' எனும் பெயரில் வசூலிக்கப்பட்டது. வசூலிக்கும் அதிகாரம் உடைய 'மணியம் கச்சேரிகள்' இருந்தன.

வசூல் செய்யும் அலுவலகங்களை 'பகுதிக் கச்சேரி' அல்லது 'கேள்விக் கச்சேரி' என்று அழைத்தனர். அதாவது கரம், வெள்ளாளர் வீடுகளுக்குச் சென்று கேட்டு வாங்கப்பட வேண்டும். தாழக்குடிப் பிடாகைக் கேள்வி, தேரூர் பிடாகைக் கேள்வி என்றழைக்கப்பட்டதை அறிய முடிகிறது.

வெள்ளாளர்களுக்கு இருந்த இந்தச் சலுகை, நாடார் சமூகத்தினர் வாழ்ந்த பகுதிகளுக்கு அனுமதிக்கப்பட்டதில்லை என்றும் தெரிகிறது. அங்கு மணியம் கச்சேரிகளில் வரி அல்லது கரம் கொண்டு செலுத்தப்பட வேண்டும். நாஞ்சில் நாட்டில் 'கேள்வி'யாக இருந்தது, கல்குளம், விளவங்கோடு, நெய்யாற்றின்கரை தாலுகாக்களில் 'அதிகாரம்' என்று வழங்கப்பட்டது. தக்கலை அதிகாரம் போன்று அதிகாரங்கள் இருந்தன. அதாவது வெள்ளாளரிடம் கேட்டு வாங்கப்பட்டது நாடாரிடம் அதிகாரமாக இருந்துள்ளது. நாஞ்சில் நாட்டு வெள்ளாளர்கள் நாடார் சமூகத்தை அலட்சியமாக நடத்தியதற்கு இவ்விதம் சமஸ்தானாதிபதிகளின் நெருக்கமும் ஆட்சியில் செல்வாக்குப் பெற்றிருந்தமையும் முக்கியமான காரணங்களாக இருந்தன.

கள்ளியங்காட்டைச் சேர்ந்த வெள்ளாளர்களுக்கு இளையண்ணன், மூத்தண்ணன், தேவர் எனப் பட்டங்கள் வழங்கப்பட்டிருக்கிறது. நாஞ்சில் நாட்டுப் பிள்ளைமார்களுக்கு மூத்தபிள்ளை, பண்ணையார் என்று பட்டங்களும், கரம் தீர்வை கைச்சாத்து உடையவர்களுக்கு திருவிதாங்கூர் அசெம்பிளியில் வாக்குரிமையும் இருந்தது. நாஞ்சில் நாட்டு வெள்ளாளர் வாழும் ஊர்கள் திருத்தமான வீதி அமைப்புக்கள், கோயில்கள், குளங்கள் கொண்டவையாக இருந்தன.

இவ்விதம் அதிகாரத்தின் அருகாமை, நிலபுலன்கள், பண்பாட்டு மேம்பாடு ஆகியவை அவர்களுக்கு ஒரு செருக்கைத் தந்திருக்க வேண்டும். அந்தச் செருக்கு பிற இனத்தவரைக் கொடுமைப்படுத்தவும் அலட்சியப்படுத்தவும் ஏறி மிதிக்கவும் வழிவகுத்திருக்க வேண்டும். மற்ற இனத்தவர் மாறாத ஒரு காழ்ப்பை வெள்ளாளர் மேல் கொள்ள இவை ஏதுவாக இருந்திருக்க வேண்டும். அந்த காழ்ப்பின் எதிர்வினைகளை இன்று வெள்ளாளர்கள் அனுபவிக்கின்றனர். ஐ.ஆர். எட்டு நெல்ரகம் அமோக விளைச்சலைத் தந்துகொண்டிருந்தபோது கடுமையான உழைப்பாலும் காங்கிரஸ் ஆதரவாலும் உயர்ந்து கொண்டிருந்த காரணத்தால் நாடார்களை ஐ.ஆர்.எட்டு எனும் பட்டப் பெயரில் வெள்ளாளர்கள் அழைத்தனர். 'நறுக், நறுக்' எனும் குத்தல் உணர்வை ஏற்படுத்திய தால் 'பூச்சிமுள்' என்றும் பட்டப்பெயர் வைத்திருந்தனர்.

முக்கியமாக நாடார்களுக்கும் வெள்ளாளர்களுக்குமான உறவின் அடிமட்டத்தில் ஆழ்ந்த கசப்பு இருப்பதை இன்றும் நான்

நாஞ்சில் நாட்டு வெள்ளாளர் வாழ்க்கை ◈ 89 ◈

காண்கிறேன். அந்தக் கசப்பின் உச்சம்தான் பொதுவுடைமை வாதியான ஜீவா பெயரில் கன்னியாகுமரி மாவட்டத்தின் போக்கு வரத்துக் கழகம் அறிவிக்கப்பட்டபோது அதை எதிர்த்து விடுதலைப் போராட்ட வீரரான நேசமணி பெயரில் போக்குவரத்துக் கழகம் அமைக்கப்பட வேண்டும் என்று எழுந்த போராட்டம். இறுதியில் சாதி பலத்தில் ஜீவா தோற்று நேசமணி வென்றது வரலாறு. அதாவது ப. ஜீவானந்தத்தை வெள்ளாளராகவும் மார்ஷல் நேசமணியை நாடாராகவும் கண்டதன் விளைவு. இருவருக்குமே அதைவிடக் கேவலம் வேறொன்று இருக்க நீதியில்லை. அதன் தொடர்ச்சிதான் சமீபத்தில் காமராஜர் சிலையை வேப்பமூடு சந்திப்பில் வைக்க உரிமை கோரிய போராட்டம். அதில் நாகர்கோவில் நகராட்சி நூலகம் கொளுத்தப்பட்டது. யாழ் நூலகம் கொளுத்தப்பட்டது அறியப்பட்ட வரலாறு. ஆனால் நாகர்கோவில் நூலகம் கொளுத்தப்பட்டது மறைக்கப்பட்ட வரலாறு. இவை வெள்ளாளர்மீது நாடார் கடுப்பின் மாதிரிகள்.

சாதி ஆளுமை பற்றிய இதுபோன்ற போராட்டங்கள் எழுந்தபோது, எழும்போது, காங்கிரஸ், தி.மு.க., அ.தி.மு.க., பொதுவுடைமை இயக்கங்கள் எல்லாம் பேதமற்று ஒன்றாகக் கலந்து நிரவி, நாடார் x வெள்ளாளர் என்று மையம் கொள்வது வழமை. மற்ற நேரங்களில் பெருங்குரலில் பேசும் முற்போக்குவாதிகள் சாதிக்குள் ஒடுங்கி சமாதி பெற்றுவிடுவதும் உண்டு.

கன்னியாகுமரி மாவட்டத்தின் சட்டமன்றத் தொகுதி அமைப்புகள் விநோதமானவை. ஒரு மீனவர், ஒரு வெள்ளாளர், மீதி நாடார் உறுப்பினர்கள் தேர்ந்தெடுக்கப்படும் விதத்தில் சட்டமன்றத் தொகுதிகள் அமைந்திருந்தன. காமராஜர் ஆண்ட காங்கிரஸ் ஆட்சிக் காலத்தில், கடற்கரை ஓரம் நீண்டுகிடந்த மீனவர் தொகுதியைத் துண்டுகளாக்கி நாடார் தொகுதி களுக்குப் பங்கிட்டுக் கொடுத்து எக்காரணம் கொண்டும் மீனவர் உறுப்பினர் ஆக முடியாதபடிக்குத் தொகுதிகள் சீரமைக்கப் பட்டன. வெள்ளாளர்களையும் நாஞ்சில் நாட்டையும் கொண்ட கன்னியாகுமரி சட்டமன்றத் தொகுதி திருநெல்வேலி மாவட்டத்தைச் சார்ந்த திருச்செந்தூர் பாராளுமன்றத் தொகுதிக்கு உட்பட்ட சட்டமன்றத் தொகுதியாகப் பிரிக்கப்பட்டது. அதாவது கன்னியாகுமரி சட்டமன்றத் தொகுதி கன்னியாகுமரி மாவட்ட பாராளுமன்றத் தொகுதியான நாகர்கோவிலில் இல்லை. பெரும்பான்மை வாக்காளர்களைக் கொண்ட நாடார் சமூகத்தின் இரண்டு வேட்பாளர்கள் மோதும் போது, வெள்ளாளன் முடிவைத் தீர்மானிக்கும் சக்தியாகிவிடக் கூடாதல்லவா? அரசியல் ஞானியானாலும் தீர்க்கதரிசியானாலும் கர்மவீரனானாலும் சாதி இல்லாமல் இங்கு அரசியல் நடத்த இயலாதுதானே!

சமீபத்தில் கன்னியாகுமரி சட்டமன்றத் தொகுதியில் வெள்ளாளர் உறுப்பினராக வரமுடியாதபடிக்கு அதை 'ரிசர்வ்' தொகுதியாக மாற்றும் முயற்சியும் நடந்துள்ளதாக அறிகிறேன்.

ஆனால் வரலாற்றைத் திரும்பிப் பார்ப்போம்: 1947ஆம் ஆண்டில் சுசீந்திரம் தாணுமாலயன் கோயில் மார்கழித் திருநாளில், சாமித் தேரில், காங்கிரஸ்கொடி கட்ட வேண்டும் எனும் போராட்டத்தில் தேரில் கொடி கட்டியவர் C.P. இளங்கோ எனும் மக்கள்வழி வெள்ளாளன். தேரூர் சிவன்பிள்ளை, கோட்டாறு குறுந்தெரு 'கஞ்சி' முத்துக்கருப்பபிள்ளை, கும்பலிங்கம் பிள்ளை, டி.எம். சுந்தரம், எம். சிவதாணு பிள்ளை, பட்டேல் சுந்தரம்பிள்ளை, பொ. திரிகூட சுந்தரம் பிள்ளை, பி.எஸ். மணி, வெட்டுக்கத்தி சுப்பையா பிள்ளை போன்றோர் தீவிர தேசீயப் போராட்ட வீரர்களாக இருந்துள்ளனர். 'குடிசை'ச் சின்னம் T.S. ராமசாமிப்பிள்ளை, பொதுவுடைமை வீரர் ஆர்.கே. ராம் ஆகியோரை எல்லாம் இன்று வெள்ளாளரே ஞாபகம் வைத்துக் கொண்டிருக்கிறார்களா எனத் தெரியவில்லை.

கேரள முக்கிய மந்திரி 'பட்டம்' தாணுப்பிள்ளை, இந்தியன் நேஷனல் ஆர்மியின் முக்கிய அங்கமாக இருந்த செண்பகராமன் ஆகியோர் வெள்ளாளர்கள் என்றொரு நம்பிக்கை உண்டு. அது தவறான நம்பிக்கை என்றும் முன்னவர் நாயர் இனத்தவர் என்றும் பின்னவர் பாணான் வகுப்பைச் சார்ந்தவர் என்றும் ஆய்வாளர்கள் கூறுகிறார்கள்.

தமிழ்நாட்டு அரசியல் சூழலில் வெள்ளாளர்கள் எந்தச் செல்வாக்கும் இல்லாமற்போனார்கள். ஏழு சட்ட மன்றத் தொகுதிகளைக் கொண்ட கன்னியாகுமரி மாவட்டத்தில் ஒன்றைக் கூட வெல்ல முடியாமற் போன காலகட்டத்தில் தமிழினத் தலைவர் என்று தன்னைச் சாதித்துக்கொள்ளும் ஒருவர், 'நெல்லை எங்கள் எல்லை' என்று பேசியது, தனியாக விவாதிக்கப்பட வேண்டியது. தொடக்கக்கால விடுதலை இயக்க வேள்வி போலவே, திராவிட இயக்க வேருக்கும் விழுதுக்கும் உழைத்த பயனை அறுவடை செய்ய – அது அறுவடையா கொள்ளையா என்பது தனிக் கேள்வி – வெள்ளாளர்கள் இல்லை. தர்ம அதர்மங்களை மறந்து பேசினால் வெள்ளாளர்களைக் காலம் வஞ்சித்த கதை இது. இன்று இந்துத்துவ அடிப்படை வாதத்திலும் வெள்ளாளர்களது முனைப்பு தெரியத் துவங்கியுள்ளது.

அமரர்கள் ஜீவாவோ, டாக்டர் பா. நடராஜனோ தங்களை வெள்ளாளர் என்பதை வெகுகாலம் முன்பே மறந்து போனவர்கள். நினைவுபடுத்தினாலும் அவர்களுக்கு ஞாபகம் வருவதில்லை. ஆனால் வ.உ. சிதம்பரம் பிள்ளை போன்றவர்கள்கூட ஒரு சாதியின் அடையாளமாக முன்னிலைப்படுத்தப்படும் அவலம்

நடந்துகொண்டிருக்கிறது இன்று. 'வேளாளன் சிறை புகுந்தான்' என பாரதி பாடியதன் கம்பீரம் அல்ல இன்று வெள்ளாளன் என்று அர்த்தப்படுத்துவதில் பொதிந்திருப்பது. திராவிட இயக்கங்களிலும் வெள்ளாளர் பங்கு முக்கியமானது. எல்லாக் கிராமங்களிலும் கருஞ் சட்டைப் படைகள் இருந்தன. 'விடுதலை'யும் 'திராவிட நாடு'ம் வந்தன. கிளைக்கழகங்கள் முளைத்தன. வீரநாராயணமங்கலத்து வி.சி. கருணாகரன் 'அறிவாலயம்' திறந்துவைக்க 'மெட்ராஸ்' போனார்.

பின்னால் வந்த வெள்ளாள இனத்தின் குறுந்தலைவர்களும் சாதி பாராட்டியதில்லை. அதன் காரணம் கையூட்டு வாங்குவதில் சாதி வேறுபாடு பார்க்க முடியாது என்பது ஒன்று. இன்னொன்று வெள்ளாளர்கள் வயலை ஒத்திவைத்து, புரையிடத்தை விற்றுத் தரும் பணத்தைவிட பிறசாதியினர் தரும் கையூட்டு பன்மடங்கு பெரிதாக இருந்தது என்பது. மேலும் சொந்த சாதியிலும் சொந்த ஊரிலும் சொந்தக்காரர்களிடமும் கையூட்டு வாங்கினால் மானம் போய்விடும் என்று அஞ்சினர். எப்படியும் மானம் போய்விட்டது என்பதை யார் சொல்லுவார் நிலவே!

இன்று வெள்ளாளர் நிலைமை பொறாமைப்படும் விதத்தில் இல்லை. புலம் பெயராத் தன்மை காரணமாகவும் வறட்டுப் பெருமை பேசித் திரிந்தமை காரணமாகவும் முயற்றின்மை காரணமாகவும் வேகமாக அவர்கள் பிற்பட்டுப் போய்க் கொண்டிருக்கிறார்கள். வெள்ளாளப் பெண்டிர் முன்பு போலல்லாமல் விவசாயக்கூலி வேலைக்கும் நெய்த்து ஆபீஸ்களில் தார் சுற்றவும் போகிறார்கள். வெள்ளாள இளைஞர்கள் நெய்த்துக்கும் விவசாயக் கூலி வேலைக்கும் கொத்த வேலைக்கு சிற்றாளாகவும் சமையல் வேலைக் கூலிகளாகவும் போகிறார்கள். பிற சமூகத்தினரால் புல்லெனப் பார்க்கப்படும் நிலையில் இருக்கிறார்கள்.

இதில் தப்பித்துக் கொண்டவர்கள் வெளியூரில் வாழும் வெள்ளாளர்கள். பெரும்பான்மையினர் 'சோழிய வெள்ளாளர்' என்று பிற்படுத்தப்பட்ட பட்டியலின் சாதிச் சான்றிதழ்கள் வைத்துள்ளனர். மிகவும் ரகசியமானதோர் தகவல் சொல்கிறேன், நிறையப் பணம் கொடுத்து மிகவும் பிற்படுத்தப்பட்ட பட்டியலின் சாதிச் சான்றிதழ் வாங்கி வைத்துள்ளவர்கூட உண்டு.

எனது பள்ளி, கல்லூரி வகுப்புத் தோழனும் என்னுடன் ஒரே பெஞ்சில் உட்கார்ந்து படித்தவனும் கல்லூரி நாட்களில் பாதி நாட்கள் எனக்கு சாப்பாடு வாங்கித் தந்தவனும் என்னுடைய நெருங்கிய நண்பனுமானவன் கோவையில் தாசீல்தாராக இருந்தான். அவன் என்னிடம் சொன்னது, "மக்கா, ஒரு நாள் ஆபீசுக்கு வா! உன்னை சோழிய வெள்ளாளனா ஆக்கீருகேன்" என்பது. என்னால் போக இயலவில்லை.

முன்பு எதற்கெடுத்தாலும் 'குறைச்சல்' பார்த்தனர். நாஞ்சில் நாட்டு வெள்ளாளர் இன்னொரு இனத்தவரிடம் கைகட்டிச் சேவகம் பார்ப்பது குறைச்சல். பிற இனத்தவர் வீடுகளில் சாப்பிடுவது குறைச்சல். கல்யாணங்களுக்குப் பட்டோ பொன் ஆபரணமோ அணியாமற் போவது குறைச்சல். சமைந்த பெண்கள் வீட்டை விட்டு வெளியே வருவது குறைச்சல். வாங்கிய கடனைத் திரும்பக் கொடுக்காமல் இருப்பது குறைச்சல். உறவினர் வீட்டு விசேடங்களில் செய்யும் கட்டு செய்யாமல் இருப்பது குறைச்சல். கூப்பிட்டுப் போகாமல் இருந்தால் குறைச்சல். தேங்காய் எண்ணெய் விலை கூடிவிட்டாலும் சமையலுக்குக் கடலை எண்ணெய் உபயோகிப்பது குறைச்சல். ("கடையிலே வாங்கின காரச்சேவா! சவம் கடலை எண்ணெயிலே இல்லா சுட்டிருப்பான்.") பன்றிக்கறி தின்றாலும் வெளியே தெரிந்தால் குறைச்சல். பட்டினி கிடந்தாலும் பள்ளிக் கூடத்தில் இலவச மதிய உணவு சாப்பிடுவது குறைச்சல். இன்று எல்லாக் குறைச்சல்களுமே குறைந்துபோய்விட்டன.

இன்று சாம்பவர் இளைஞர்களுக்குக் கிடைக்கும் கல்வி வாய்ப்பும் வேலைவாய்ப்பும் பிற முன்னுரிமைகளும், நாடார்கள் பெற்றுவிட்ட பொருளாதார உயர்வும் அடிமனத்தில் வெறுப்பையும் கசப்பையும் கையாலாகாத கோபத்தையும் வெள்ளாளர் மனங்களில் வளர்த்து வருகின்றன. மற்றவர்கள் சும்மா நடந்தே தூரங்கள் கடக்கும்போது தமக்கு மட்டும் 'ட்ரெட் மில்' நடையாக இருக்கிறதே என்று வியர்த்துப் பூத்து நிற்கிறார்கள். தமது ஸ்தானம் பறிபோன கடுப்பும் குறுகலும் இருக்கிறது. ஆனால் மேலும் சரிந்து கொண்டிருக்கும் தமது நிலையை நிமிர்த்த எந்த முயற்சியும் அற்றவராய் உள்ளனர்.

பிற மாவட்ட சாதி இந்துக்களைப்போல நாஞ்சில் நாட்டு வெள்ளாளர் வன்முறை மனப்பாங்கு கொண்டவர் அல்ல. கல்வி காரணமாகவும் பண்பாட்டு வளர்ச்சி காரணமாகவும் அடிதடி, குத்து வெட்டு, கொலை என்பன நாஞ்சில் நாட்டு வெள்ளாள சமூக இயல்புகளுக்கு சம்பந்தமில்லாத விஷயங்கள். சிறுசிறு பூசல்கள் ஏற்பட்டாலும் அவை பெருவடிவு கொள்வதில்லை. எதையும் இன்றுவரை போராடிப் பெற்றதற்கான எந்தத் தடயமும் இல்லை. சமூக மாற்றங்களைச் சீரணிக்கப் பார்க்கிறார்களா அல்லது மிரண்டு ஒதுங்குகிறார்களா என்று தெரியவில்லை. தமது சரிவிலிருந்து, தாழ்விலிருந்து விடுபட வேறெந்த மார்க்கமும் புலப்பட்ட அடையாளமும் இல்லை.

நாஞ்சில் நாட்டுப் பெண்கள்

நாஞ்சில் நாட்டு வெள்ளாளர்கள் பெண்களை மிகவும் பாதுகாப்பாக வைத்திருந்தனர். தமது கர்வத்தின் அடையாளமான பாதுகாப்பு. பாதுகாப்பு என்பதே ஒருவகைச் சிறை என்பதை அவர்கள் அறிந்திருக்கவில்லை. சடங்கான பெண்களை அயலார் கண்டுவிட முடியாத அமைப்பில் வீடு இருந்தது. திட்டிக் கதவுகள் இருந்தன. வாசலில் ஈட்டியுடன் காவலன் மட்டும் இருந்ததில்லை.

வசதி படைத்த ஆண் இரட்டை வேட்டியும் வெள்ளைச் சட்டையும் நேரியல் அல்லது துண்டு மட்டுமே அணிந்து விசேட வீடுகளுக்குப் போனான். சட்டையின் நிறம் பெரும்பாலும் வெள்ளைதான். மோதிரம், கழுத்துச் சங்கிலி எல்லாம் தற்போதைய வருகை. மாமனார் வீட்டுச் சீதனமாக இடதுகையில் பிரேசிலெட் என்பது அதனினும் புதிது.

ஆண்கள் முன்பு வெள்ளைக்கல் அல்லது சிவப்புக்கல் வைத்த ஒற்றைக்கல் கடுக்கன் அணிந்தனர். கடகம் அணிந்திருந்ததை நான் பார்த்ததில்லை.

பெண்கள் வசதி இருந்தால் கை நிறையக் காப்பு, கழுத்தில் இரண்டு அல்லது மூன்றுவடச் சங்கிலி, அட்டியல் எல்லாம் அணிந்தனர். இன்றும் அந்த ஆசை மங்கிப் போகவில்லை. பலதாரம் என்பது கடந்த ஐம்பது அறுபது ஆண்டுகளில் மிகவும் அரிதாகிப் போய்விட்டது. கவிமணி பாடிய 'பஞ்ச கல்யாணிப்பிள்ளை'களை இன்று காணமுடியாது.

ஒரு காலத்தில் சடங்காகிய பெண்பிள்ளைகள் வீட்டை விட்டு வெளியே வருவதில்லை. திட்டிவாசல் தாண்டி வர அனுமதிக்கப் படாத சடங்கான கன்னிப்பெண்ணின் திருமணத்தன்று புலர் காலையில் 'கதிர்க்குளியல்' என்றதோர் சடங்கு மூலமே வீட்டுக்கு வெளியே இறங்கி நடக்க அனுமதித்தனர். படிப்பும் அத்துடன் முற்றுப்பெற்றது. பல்லாங்குழி, கோலநோட்டு, தாயக்கட்டம், கழச்சி ஆட்டம் என்று முடங்கினார்கள். தோசைக்கு அரைக்கவும் தீயலுக்கு அரைக்கவும் அவியலுக்கு அரைக்கவும் கற்றுக் கொண்டனர். கல்யாணங்களுக்கு, பிற விசேடங்களுக்கு, வெளியூருக்கு எல்லாம் கல்யாணம் ஆகாத குமரிகளைக் கூட்டிப் போவதில்லை. கோயிலுக்குக் கூட்டிப்போவதுகூட அரிதுதான். எங்கும் சிறு எதிர்ப்புக் குரல்கூட கேட்ட ஓசை இல்லை. முப்பது ஆண்டுகளுக்கு முன்னால் வரை, உள்ளூரில் அல்லது நடந்து போகும் தொலைவில் இருந்த பக்கத்து ஊரில், பள்ளி வகுப்புகள் எதுவரை இருந்ததோ அதுவரை மட்டும் படிக்க அனுப்பப்பட்டனர். கல்லூரிக் கல்விக்குப் பெண்களை அனுப்புவது என்பது மிகச் சமீப காலமாக ஏற்பட்ட மாற்றம். பெண்களை வேலைக்கு அனுப்புவது என்பது மாபெரும் குறைச்சல். உயர்கல்வி பெற்றுப் பதவியில் இருக்கும் வெள்ளாளப் பெண்களை இன்றும் கூட விரல்விட்டு எண்ணிவிடலாம்.

"நாம என்னா, படிக்க வச்சு வேலைக்கா அனுப்பப் போறோம்?"

"ரொம்பப் படிக்க வச்சா, பின்னே அதுக்குத் தக்கன மாப்பிளை பாக்காண்டாமா?"

"அடுத்தவன் வீட்டுக்குப் போகப்போறதுதானே! இம்புடு எல்லாம் படிச்சாப் போரும்."

என்பன வெள்ளாளர் வீடுகளில் சாதாரணமாகக் கேட்கும் உரையாடல்கள்.

கிராமங்களில் இருந்து, வெளியூர் கல்லூரி விடுதிகளில் தங்கி, மருத்துவக் கல்லூரிகளில் பொறியியற் கல்லூரிகளில் படிக்கும் பெண்களை இன்றும் தேடித்தான் பிடிக்கவேண்டும்.

தாலாட்டு என்பது கேட்காத வீடுகள் இல்லை அன்று. அழும் பிள்ளைக்குப் பால் கறக்க தாய்மாமன் அனுப்பும் காராம்

பசுவின் பிடிகயிறு பொன்னாலே என்று பாட்டுக் கேட்டு உறங்காத குழந்தைகள் இல்லை. சடங்கான பெண்கள் பொழுதுபோக்குக்கு ஆடும் அம்மானைகள் எல்லோருக்கும் மனப்பாடமாக இருந்தன. இறப்பில் பாடும் ஒப்பாரி பெண்களின் தனிச்சொத்தாக இருந்தது. "வரப்போ தலகாணி, வாய்க்காலோ பஞ்சு மெத்தை" எனும் ஒப்பாரி வரிகளை திணை – துறை புரியாத சினிமாக்காரர்கள் இன்று சிருங்காரத்துக்குப் பயன்படுத்துகிறார்கள்.

சொந்த வாழ்க்கையின் வருத்தம், அனுபவித்த வெங்கொடுமைகள், மன வேறுபாடுகள் எல்லாம் ஒப்பாரியாய் பிரவகித்தன. காலையிலும் மாலையிலும் வட்டமாய்க் கூடி நின்று வயதான பெண்கள் மாரில் அடித்துப் பாடும், "அம்மாடி – தாயரை" கூட தாளலயத்துடன் இருந்தது. இன்று எல்லாம் க்ஷீணதசையில் இருக்கிறது. அல்லது மாய்ந்து போய்விட்டது.

வீட்டில் யாரும் இறந்துபோனால், அடித்துப் புரண்டு அழும் உரிமை தெருவாசற்படியோடு பெண்களுக்கு முடிந்துபோனது. பெண்கள் மயானக்கரைவரை போவது மறுக்கப்பட்டிருந்தது. அவர்களுக்குக் கொள்ளி போடும் உரிமை இருந்ததில்லை. கணவரை இறந்த பெண்கள் மங்கலங்கள் துறந்தனர். வெள்ளைச் சேலை அணிந்தனர். அணிகலன்கள் பூணுவதில்லை, பூ பொட்டு கிடையாது. ஆனால் பிராம்மண சமூகத்தைப் போல மழித்தல், முக்காடு கிடையாது.

இன்று வயதான கிழடுகளைத் தவிர யாரும் வெள்ளைச்சீலை உடுப்பதில்லை. பொட்டும் பூவும் வைத்துக்கொள்வதில்லையே தவிர, காப்பு, கம்மல், தங்கச் சங்கிலி அணிந்துகொள்கின்றனர். வெள்ளையில் பூப்போட்ட அல்லது காவி நிறத்தில் சீலை உடுக்கின்றனர். வரிசை எனும் பாங்கில் இறந்துபோனவனின் சகோதர முறை உடையவர்கள், மருமகன்கள் வெள்ளைக் கோடி போடுவது வழக்கமாக இருக்கிறது. அதிலும் பிறந்த வீட்டுக் கோடி இல்லாமல் கணவனின் பிணம் வெளியில் இறங்குவதில்லை. அந்தச் சேலையின் ஒரு முனையைச் சிதைத் தீயில் கருக்கித் திரும்ப வீட்டுக்கு எடுத்து வந்து கைம்பெண் உடுக்கும் முதல் வெள்ளைக் கோடியாக அது இருந்தது. கோடிச் சேலை வெள்ளையாக இருந்தது காவியாக மாறி வருகிறது.

எந்த வெள்ளாளர் வீட்டு விசேடங்களிலும் அசைவம் என்பது இன்னும் இல்லை. பெண்கள் அதை அனுமதிப்பதில்லை. ஈமச்சடங்கான கல்லெடுப்பு அடியந்திரம் கழிந்த பிறகு, ஒரு நாள் எண்ணெய் தேய்த்துக் குளித்து கோழிக்கறி அல்லது ஆட்டிறைச்சி சமைப்பது என்பது அசைவம் பங்குபெறும் நாள். ஆனால் ஒரு சடங்காக அது இல்லை. எண்ணெய் தேய்த்துக் குளிக்கும் இறைச்சிக்கறிக்கும் மைத்துனன்மார் செலவு செய்யவேண்டும்.

கல்யாணம் செய்யப்போகும் மாப்பிள்ளைக்கு சகோதரிகள் 'மாப்பிள்ளைக் கறியும் சோறும்' போடும்போது அசைவம் சமைப்பதுண்டு. 'சட்டிபானை தொடுதல் அல்லது பாண்டசுத்தி' அன்று உப்புத் துண்டமும் முட்டையும் சேர்த்த அவியல் கண்டிப்பாய் இடம்பெறும்.

பெண்களுக்கு ஆண்டுக்கு ஒருமுறை, மாதம் ஒருமுறை, வாரம் ஒருமுறை, தினசரி எனச் செய்யும் சடங்குகள் இருந்தன. தைமாசப் பொங்கலுக்கு முன்பு வீடு ஒதுங்க வைத்து, பதவல்களைக் களைந்து, நூலாம்படை அடித்து, அடுக்களை தேய்த்துக் கழுவி, வீடு வெள்ளையடிக்க வேண்டி எல்லா வசதிகளையும் செய்து தருவது. பழைய மண் சட்டி, பானைகளை எறிந்துவிட்டு புதியன சேகரித்துக் கொள்வது போன்றவை. மாதாமாதம் மாசப்பிறப்புக்கு முன்தினம் செய்யும் சுத்திகரிப்புகள். வாரந்தோறும் வெள்ளிக்கிழமை அதிகாலையில் வீடு மெழுகி, கழுவி விட்டு ஆரம்பிக்கும் சமையல் வேலைகள். தினமும் அதிகாலையில் அடுப்பு மெழுகி, அடுப்புக்குக் கோலம்போட்டு, பிறகே முன்வாசல் தெளிப்பதும் வாசலில் கோலம் போடுவதும். அதேபோல் மாலையில் பின்வாசல் கதவை அடைத்துவிட்டு, முற்றம் தெளித்து, கோலம் போட்ட பின்பே விளக்கேற்றினார்கள். மத்தியானம் அம்மியில் அரைத்த பிறகு, அரைத்ததை உருட்டி எடுத்து, அம்மிப்பால் திரட்டி, அம்மியைக் கழுவி, அம்மிப்பலகை சாத்திய பிறகுதான் மறுவேலை. நண்பகல் உணவுக்கு, கணவன் எவ்வளவு பசியுடன் வந்தாலும், அடுக்களை பெருக்கிய பிறகுதான் இலை போடுவார்கள். சாயங்காலம் ஏற்றிய விளக்கை நிறுத்திய பின்பு பின்வாசலைத் திறந்தார்கள். அடுக்களை என்பதும் வழிபடுதலம்தான். எனவே அங்கு அடுக்களை நாச்சியார் குடி இருந்தார். பலகாரம் சுட, எண்ணெய்ச் சட்டி வைக்கும்போது, அடுப்பின் அருகில், பலகாரம் செய்யும் பச்சை மாவில் பிடித்த பிள்ளையார் இருப்பார். முதல் சட்டி பலகாரம் எடுத்தபின்பு அதை விளக்கின் முன்னால் வைப்பார்கள். பிறகுதான் குழந்தைகளுக்கே தின்னத் தருவார்கள்.

திருவிளக்கு என்பது மிகவும் முக்கியம் பெற்ற அன்றாட வாழ்வின் அம்சம். அடுக்களை நாச்சியார் போல அவள் திருவிளக்கு நாச்சியார். வெள்ளிக்கிழமைகளில் உமியும் சாம்பலும் போட்டு எண்ணெய்க் கசடு போக விளக்குப் பூசிப் பொன்போலப் பளபளக்கச் செய்யாத வெள்ளாடிச்சி கிடையாது.

இன்றோ பூசுவதற்கு சிரமமாக இருக்கிறது என்று பெரும்பாலான வீடுகளில் இடுப்புயர நிலைவிளக்கான திருவிளக்கு அரங்கின் மூலையில் அல்லது அட்டத்தில் தனிமை காக்கிறது. கைக்கு அடக்கமான எவர்சில்வர் விளக்குகளில், கறை பிடிக்காத இரும்பு விளக்குகளில் இன்று திருவிளக்கு நாச்சியார் குடிகொண்டிருந்து குலம் காக்கிறாள்.

வெள்ளாளப் பெண்கள் புரட்டாசி சனி, ஆவணி ஞாயிறு, கார்த்திகை வெள்ளி என்று 'ஒரு பொழுது' இருந்தனர். முக்கியமாக எல்லா செவ்வாய், வெள்ளிகள் சுத்தமான நாட்கள். அன்று முட்டை கூட சமைப்பதில்லை. திருமணம் சம்பந்தமான சடங்குகளுக்கு புதன் விசேடமாக கருதப்பட்டது, வியாழன், ஞாயிறு என்பன சிறப்பில்லாத நாட்களாக கருதப்பட்டன. எனவே அவை ஈமச்சடங்குகளுக்கு உரிய நாட்களாக, துட்டி கேட்டுப் போகும் நாட்களாக உபயோகிக்கப்பட்டன. இன்று செவ்வாய்க் கிழமையும் துட்டி கேட்டுப் போகலாம் என்று கருதுகிறார்கள். ஆனால் செவ்வாயன்று வேறு எந்த முக்கியமான காரியமும் செய்வதில்லை.

'ஒரு பொழுது இருத்தல்' என்பதெல்லாம் மிகவும் அருகி வருகின்றன. விரதங்களும் அவற்றிற்குரிய இடங்களை இழந்து வருகின்றன.

நாஞ்சில் நாட்டு வெள்ளாடிச்சிகளின் சில நம்பிக்கைகள் சுவாரசியமானவை.

'நாழியையும் உழக்கையும் பிரிக்கப்படாது'

'நாழி, உழக்கு அல்லது மரக்காலை வெளியே இரவல் கொடுக்கும் போது வெறும் மரக்காலைக் கொடுக்கக்கூடாது. ஒருபிடி அரிசியோ, நெல்லோ அடியில் கிடக்க வேண்டும்'

'நாழி, உழக்கை உருட்டப்பிடாது'

'கதவில் ஆடக்கூடாது'

'இரும்புச் சங்கிலியை ஆட்டப்பிடாது, சண்டை வரும்'

'பிள்ளைகள் சுளவில் இருந்து தும்மக்கூடாது. தும்மினால் கொழுக்கட்டை அவிச்சு சாமிக்கு வச்சுக் கும்பிடணும்'

'பிள்ளையைத் தாண்டக்கூடாது, தாண்டினால் திருப்பித் தாண்டணும்'

'புறவாசக் கதவை சாத்திவிட்டு விளக்கேற்ற வேண்டும்'

'விளக்கு ஏற்றும்போது வாசக்கதவைத் திறந்து வைக்க வேண்டும்'

'தலைக்குமேல் சொத்திருந்தாலும் தலையணைமேல் உக்காரக் கூடாது'

'எச்சிக்கையை நீட்டிப் பேசக்கூடாது'

'எச்சிக்கையை உதறக்கூடாது'

'ராப்பிச்சை போடக்கூடாது'

'தேங்காய் உடைத்தால் முறிகளைக் கவிழ்த்து வைக்க வேண்டும்'

'சொடக்குப்போட்டு கூப்பிடக்கூடாது'

'ராத்திரி விசில் அடிக்கக்கூடாது'

'சாப்பிட்ட உடன் குளிக்கக்கூடாது; பேலக்கூடாது'

'வைசூரி, அம்மன், மண்ணன் கண்ட வீடுகளிலிருந்து நெல், அரிசி வெளியே கொடுக்கக்கூடாது, கறி தாளிக்கக்கூடாது'

'அன்னம் கீழே சிந்தப்படாது'

'மஞ்சள் சிந்தினால் நல்லது'

'குங்குமம் சிந்தினால் நல்லது'

'கடுகு சிந்தினால் கெடுதல்'

'சுண்ணாம்பு வெறுங்கையில் கொடுக்கக்கூடாது; வாங்கக் கூடாது'

'கூகை கூப்பிட்டால் சாவு வரும்'

'அடுப்பு சிரித்தால் விருந்து வரும்'

'காகம் கரைந்தால் விருந்து வரும்'

'நாய் அழுதால் கெடுதல்'

'பூனை மயிர் உதிர்ந்தால் பாவம்'

'அரிசி தின்றால் கல்யாணத்தன்று மழைவரும்'

'வாடிய பூ சூடினாலும் சூடிய பூ சூடக்கூடாது'

'கழுதை கத்தினால் நல்ல சகுனம்'

'மங்கும் காலம் மாங்காய், பொங்கும் காலம் புளி'

'திராசும் படியும் தெருவிலே கிடக்கும்'

'தண்ணீரில் குசு விட்டால் தலைக்கு மேல் வரும்'

நாஞ்சில் நாட்டு வெள்ளாடிச்சிகள் செய்யும் சில கை வைத்தியங்கள் மேலும் சுவாரசியமானவை.

கண்ணில் சிவப்பு விழுந்தால், தூசி தும்புகள் விழுந்தால் கண்ணில் பிள்ளைப்பால் பீய்ச்ச வேண்டும்.

வயிற்றுவலிக்கு ஓமத்தை வறுத்து, தண்ணீரில் கொதிக்க வைத்துக் குடிக்க வேண்டும்.

வயிற்றுவலிக்கு முருங்கைப் பட்டையை அல்லது முருங்கைக் கீரையை இடித்து இஞ்சியும் பூண்டும் சதைத்துச் சாறெடுத்துக் குடிக்க வேண்டும்.

காதுவலிக்கு மிளகு வத்தலின் விதைகளை உதிர்த்தபின் தேங்காய் எண்ணெய் நிறைத்து விளக்கில் காட்டிச் சூடாக்கி வெதுவெதுப்பான சூட்டில் காதில் ஊற்ற வேண்டும்.

காய்ச்சலுக்கு சுக்கு, நல்லமிளகு, கருப்புக்கட்டிச் சேர்த்து காய்ச்சிய கஷாயம்.

தலைவலிக்கு இஞ்சிச் சாறெடுத்து நெற்றியில் பூசவேண்டும், உச்சியில் வைத்து அரக்க வேண்டும்.

மண்டையிடிக்கு பிள்ளைப்பாலில் ஆனைப்பல்லும் இரண்டு நல்ல மிளகும் சேர்த்து உரைத்து நெற்றியில் பூசவேண்டும்.

பிறந்த குழந்தைக்கு வசம்பு சுட்டு உரைத்து நாக்கில் தடவ வேண்டும்.

வயிற்றுப் போக்குக்கு மாதுளம் பிஞ்சை இடித்துச் சாறெடுத்துக் குடிக்க வேண்டும்.

வயிற்றுப் போக்குக்குத் தேயிலையை அவித்து இறுத்து எலுமிச்சம்பழம் சாறு பிழிந்து குடிக்க வேண்டும். அல்லது அல்வா தின்ன வேண்டும்.

கைகால் தணுத்துப்போனால் உள்ளங்காலில் உள்ளங்கையில் வேப்பெண்ணெய் தடவ வேண்டும்.

வலிக்கும் சொத்தைப்பல்லில் கிராம்பு கடித்துக்கொள்ள வேண்டும்.

வயிறு இளக்க ஆமணக்கெண்ணெய், அஜீரணத்துக்கு இஞ்சிச் சாறு, உள்ளங்காலில் பாதத்தில் உப்புக் குத்தியில் காயம் பட்டால் கொல்லாங்கொட்டை எண்ணெய், பருவு, பிளவை, ரத்தச் சிலந்திக்குப் பூச பன்றி நெய்.

கர்ப்பிணிகளின் கால் நீருக்குக் குறுந்தட்டி வேர் கஷாயம்.

காய்ச்சல் விட்டபின் பொடி அரிசிக்கஞ்சியும் சுட்ட தேங்காய், பிரண்டை இலை, வல்லாரை, பொடுதலை, கையாந்தரை வசக்கி புளிவைக்காத துவையல்.

பசி ருசி இன்மை, வயிற்று மந்தத்துக்கு சுக்கு, கடுகு, சீரகம், ஓமம், மல்லி, நல்லமிளகு, பூண்டு, உள்ளி, கறிவேப்பிலை, தேங்காய்ப் பூ வறுத்து அரைத்த மீன் கறுத்த கறி. மீன் சாப்பிடாதவர்களுக்கு மீனுக்குப் பதில் கத்தரிப்பிஞ்சு, சேனைக்கிழங்கு, வழுதணங்காய் ஏதேனும் ஒன்று. அல்லது மேற்சொன்ன காய்கள் போட்டு, புளிமட்டும் சேர்க்காத மொளவச்சம்.

எந்தப் புண்ணுக்கும் தேங்காய் எண்ணெய். நல்லெண்ணெய் போட்டால் தோல் காய்த்துப் போகும். தீப்பட்ட புண்ணுக்கு, வீக்கத்துக்குப் பத்துப் போட, வெட்டுப்புண்ணுக்கு மஞ்சள் பொடி.

பால்குடிக்கும் பிள்ளை குடி மறக்க முலைக்காம்புகளில் தடவ கட்டிச் சென்னாரம் அல்லது வேப்பெண்ணெய்.

இளைப்புக்கு முள்ளெலித் தைலம், கைகால் மூட்டுவலிக்கு காயத்திருமேனி எண்ணெய், தலைமுடி வளர – வில்வ இலை, செம்பருத்தி, துளசி இலை, கருவேப்பிலை, கொடுப்பைக்கீரை, பொன்னாங்கண்ணிக்கீரை, கரிசலாங்கண்ணிக்கீரை சேர்த்து இடித்துச் சாறெடுத்து, தேங்காய்ப்பால் சேர்த்து, தேங்காய் எண்ணெயுடன் சேர்த்துக் காய்ச்சின எண்ணெய்.

சமையலுக்கு, பலகாரம் சுட தேங்காய் எண்ணெய், தோசைக்கு நல்லெண்ணெய், விளக்கெரிக்க புன்னைக்காய் எண்ணெய் அல்லது இலுப்பை எண்ணெய், சாமிக்கு நல்லெண் ணெய், சாதாரணக் குளியலுக்கு தேங்காய் எண்ணெய், எண்ணெய் தேய்த்துக் குளிக்க நல்லெண்ணெய்.

வாய்ப்புண்ணுக்கு நல்லெண்ணெய்.

வெற்றிலை போட்டு சுண்ணாம்பு கூடி வாய் பொத்துப் போனால் தேங்காய் துண்டு சுவைத்துத் தின்னவேண்டும்.

பழிப்புச் செய்ய வெள்ளாடிச்சிகளிடம் புழங்கும் பழமொழிகள் சிலவும் இங்கு எண்ணத் தகுந்தவை.

'ஒட்டுலே புட்டவிச்சு உமிக்காந்தல்லே களி கிண்டீருவா'

'படுத்துவாரெல்லாம் படுத்த, இந்த கடுத்துவாயுமில்லா கடிக்கு'

'பேசுக பேச்சிலே அஞ்சுமாசப் பிள்ளையும் வழுகி விழுந்திரும்'

'வாய் கருப்பட்டி கை கருணைக்கிழங்கு'

'பாவி போன இடம் பாதாளம்'

'மருந்துக்கு மோளச் சொன்னா மண்ணுலே மோளுவா'

'குடுக்காத இடையன் சினை ஆட்டைக் காட்டுன மாதிரி'

'பாம்பு கடிச்சு படக்குண்ணு போக'

'அடியந்திர வீட்டிலே பிள்ளை வளப்பா'

'ஊரான் வீட்டு நெய்யே என் பொண்டாட்டி கையே'

'ஒரு கண்ணுலே வெண்ணை மறு கண்ணுலே சுண்ணாம்பு'

'தாயும் பிள்ளையுமானாலும் வாயும் வயிறும் வேற'

'மாமியா உடைச்சா மண்குடம் மருமக உடைச்சா பொன் குடம்'

'கண்ணு சிறிசு காண்பதெல்லாம் பெரிசு'

'தனக்கு தனக்குண்ணா தாச்சீல பதக்கு கொள்ளும்'

'காவேரி ஆறு கஞ்சியாப் போனாலும் நாய்க்கி நக்கித்தான் குடிக்கணும்'

'ஆத்துலே தண்ணிபோனா, நீ குடி – நான்குடி'

'ஊரான் பிள்ளையை ஊட்டி வளத்தா தான் பிள்ளை தானே வளரும்'

'எச்சிக்கையினாலே காக்கா ஓட்டமாட்டா'

'அறுத்த விரலுக்கு சுண்ணாம்பு வைக்க மாட்டா'

'அவதான் பிள்ளையை நொந்து பெத்தா, நான் தவிட்டுக்கு வாங்குனேனா?'

'கூரையிலே சோத்தப்போட்டா ஆயிரம் காக்கா'

'அடுத்த வீட்டிலே அடுப்பெரியது காணப்பிடாது'

'இலை போடுக நேரத்திலே கழுகுக்கு மூக்கு விசர்த்திரும்'

'வேணும்ணா சக்கா வேரிலேயும் காய்க்கும்'

'பம்மாத்து குளம் அழிஞ்சுபோச்சு, பயக்களைக் கூப்பிடு மீன் பிடிக்க'

பாக்குக்கடிக்கும் நேரம் என்பது போல 'கடுகு பொட்டும் நேரம்' என்றொரு வழக்கும் அவர்களிடம் உண்டு.

மொட்டைக் கத்தி ஒன்று வைத்துக் கொண்டு பாம்புக்கடிக்கு விஷம் இறக்கும் வெள்ளாளர்கள் இருந்தனர். வெறும் வெற்றிலையை மெல்லச் சொல்லி அதன் சுவை கேட்டு கடித்த பாம்பின் இனமறியும் நாட்டு வைத்தியர்களும் இருந்தனர். வாய்ப்புண் வந்தவருக்கு தேங்காய் பெண்சிரட்டையின் கண்களில் இருந்து சுண்ணாம்பால் மூன்று சமகோணக் கோடுகள் வரைத்து தண்ணீர் நிரப்பி 'எச்சம் பிடிக்க'ச் சொல்லித் தந்த பெண்கள் இருந்தனர். 'அக்கி'ப்புண்ணுக்கு மந்திரித்து மருந்து எழுதவும், திருநீற்றை வைத்துக் கொண்டு மந்திரம் சொல்லி 'கொதிக்குத் தொடவும்' உசிலை மரத்துக் கம்பை இரண்டாக வகிர்ந்து எடுத்து இடுப்புப் பிடித்தவரும் மற்றொருவரும் எதிர் எதிராக வகிர்ந்த கம்பின் துண்டுகளை இடுப்பில் வைத்துக் கொண்டு நிற்க, மந்திரம் சொல்லி உசிலைக் கம்பின் வகிர்வுகள் ஒடுங்கிச் சேர அதைத் சேர்த்து வாங்கி ஒடித்துக் கூரைமேல் எறிந்து 'காற்றுப்பிடிக்கும்' பெண்கள் இருந்தனர். கால், கை சுளுக்கினால் இரட்டைப் பிள்ளை பெற்றவளிடம் போய் 'சுளுக்குத் தடவி'க் கொண்டனர்.

இன்று இவை எல்லாம் தகவல்கள் மட்டுமே. எல்லாம் குப்பி மருந்துகளும் மாத்திரைகளும் ஊசிகளுமாய் உருமாறிவிட்டன.

குடிக்க பச்சைத் தண்ணீர் கேட்டால், வழிப்போக்கன் ஆனாலும் தண்ணீர் செம்புடன் கருப்பட்டித்துண்டு கொடுத்த காலமும், பழஞ்சித் தண்ணீர் கேட்டால் ஒரு துண்டு மாங்காயோ நாரத்தங்காயோ கொடுத்த காலமும் இருந்தது. நெல்லென்றும் அரிசி என்றும் சோறு என்றும் பழையது என்றும் பிச்சை போட்ட கரங்கள் அன்றைய வெள்ளாடிச்சிகளுடையவை.

இன்று நெல்லுக்கு விலையில்லை. மழையோ பருவம் தப்பிப் பெய்கிறது அல்லது பொய்த்துப்போகிறது. சோறு பொங்க சாக்கரிசி, ரேஷன் கோதம்பு தோசைக்கு. கருப்புக்கட்டி கிலோ முப்பத்து மூன்று ரூபாய். தேங்காய்க்கு விலையில்லை. வீட்டில் சமைந்த குமருகள் குலக்கை போல. பிள்ளைகளுக்குப் படிக்க இடமில்லை, படித்தால் வேலையில்லை. அம்மனுக்கே பூசைக்கு வழியில்லை.

கன்னம் ஒடுங்கிப் பல் நீண்டு கழுத்தெலும்பு துருத்தி கண் டாங்கி சுற்றிய வெள்ளாடிச்சிகள் கண்களில் கனாக்குறிகள்கூட அற்று வீடு காத்துக் கிடக்கிறார்கள் இன்று.

உணவுப் பழக்கங்களும் பிறவும்

மரபு ரீதியான உணவுப் பழக்க வழக்கங்களையே நாஞ்சில் நாட்டு வெள்ளாளர் மேற்கொண்டிருந்தனர். பெரும்பாலும் நாட்டுக் காய்கறிகள், வாழைக்காய், வெண்டைக்காய், கத்தரிக்காய், புடலங்காய், பாகற்காய், மாங்காய், தடியன்காய், வெள்ளரிக்காய், பூசணிக்காய், சக்கை, சீனி அவரைக்காய், கோழி அவரைக்காய், பச்சை மிளகாய் முதலியன. வயற்கரைகளில் விளையும் கீரைகள் – தண்டன்கீரை, அகத்திக்கீரை, முருங்கைக்கீரை, அரைக்கீரை, செங்கீரை, கொடுப்பைக்கீரை. கிழங்குகள் என சேனை, சேம்பு, கருணை, மரச்சீனி, சீனிக்கிழங்கு ஆகியவை. கனி என்பது வாழைப் பழம். வாழையில் மட்டும் பேயன், பாளையங்கோட்டன், மொந்தன், சிங்கன், அண்ணன், துளுவன், செந்துளுவன், நெய்த்துளுவன், ரசகதலி, நெய்க்கதலி, மட்டி முதலிய பல்வகைகள்.

வாரம் ஒருமுறையேனும் கடல்மீன், புதுமீன். மடிகள் இறங்காத ஞாயிறுகளில் கருவாடு, உப்புத்துண்டம். ஆண்டில் எப்போதாவது கோழிக்கறி. தீபாவளி, ஆடி அறுதி, கோயில் கொடைகளில் ஆட்டிறைச்சி. பெரும்பாலும் ஆற்றுமீன், குளத்து

மீன் சமைப்பதில்லை. என்றாலும் விலாங்கு, இறால், அயிரை முதலியன விதிவிலக்காகச் சில வீடுகளில் சமைத்தனர்.

உணவு சமைப்பதில் பெண்களுக்கு நல்ல தேர்ச்சி இருந்தது. மேலும் சுவையில் ஒத்திசைவு இருக்கும் விதத்தில் சமைத்தனர். இன்ன குழம்புக்கு இன்ன தொடுகறி என்பது போல. வாய்வு, பித்தம் கூட்டும் காய்கறிகளைச் சமனப்படுத்த தேவையான சேர்மானங்கள் செய்தனர். எடுத்துக்காட்டாக சக்கை எனப்படும் பலாக்காய் புளிக்கறிக்கு நல்லமிளகு சேர்த்து அரைக்க வேண்டும் என்பதுபோல. பிள்ளைச்சுறா மீனை, வெஞ்சனங்கள் வறுத்து அரைத்துக் குழம்பு வைக்க வேண்டும் என்பதுபோல.

நாஞ்சில் நாட்டு வெள்ளாளர்கள் நல்ல ருசி அறிந்து உண்பவர்கள் என்பதை அவர்கள் கல்யாண விருந்தில் உட்கார்ந்து கவனித்தால் தெரியும். 'செட்டி உடுத்துக் கெட்டான், வெள்ளாளன் தின்று கெட்டான்' என்றொரு பழமொழி உண்டு. ஒருவன் செல வழித்துத் தீர்த்தான் என்பதற்கு 'நல்ல புளிசேரி வச்சான்' என்றொரு வழக்கு உண்டு. எந்தச் சிறு விசேடமாக இருந்தாலும் வீட்டில் பருப்பு, அவியல், சாம்பார், கிச்சடி, பச்சடி, பாயசம், பப்படம் என்று பட்டியல் நீண்டு போகும். தடியன்காய், வெள்ளரிக்காய், கத்தரிக்காய், வழுதுணங்காய், சேனை, சிங்கன் வாழைக்காய், முருங்கைக்காய், சீனி அவரைக்காய், புடலங்காய், மாங்காய் ஆகிய காய்கறிகள் அரிந்து, தண்ணீர் விடாமல் தேங்காய் எண்ணெயில் வதக்கி, முற்றாத தேங்காயும் பச்சைமிளகாயும் அரைத்து முளைதயிரும் தேங்காயும் சேர்த்துக் கிளறி, தாளிக்காமல் தேங்காய் எண்ணெய் கணிசமாக ஊற்றிக் கிண்டி இறக்கும் கூட்டு அவியலை நீண்ட நெடுங்காலமாக எல்லா விசேடங்களுக்கும் அலுக்காமல் சலிக்காமல் தின்று வருகிறார்கள். தேமா, புளிமா, கருவிளம், கூவிளம் என்பது போல் இன்ன மீனை இன்ன விதத்தில் அரைத்துக் குழம்பு வைக்க வேண்டும் என்பதற்கு வாய்ப்பாடுகள் இருந்தன.

ஞாயிற்றுக் கிழமைகளில் கடற்புறங்களில் மடி இறங்குவ தில்லை. பெரும்பாலான பரதவர்கள் கத்தோலிக்கக் கிறிஸ்துவர் களாக மதமாற்றம் பெற்றிருந்தது முக்கியமான காரணம். ஞாயிறு காலையில் பள்ளிக்குப் போக வேண்டும். எனவே சனி நள்ளிரவுகளில் கட்டுமரங்கள், வள்ளங்கள், தோணிகள், கலங்கள் எதுவும் கடலுக்குப் போவதில்லை. வெள்ளாளர்களுக்கு ஞாயிற்றுக்கிழமைகளில் மீன் வேண்டுமானால் கருவாடு அல்லது உப்புத்துண்டம். உளுந்தஞ்சோறு பொங்கினால் உப்புத்துண்டமும் முட்டையும் சேர்த்த அவியல் வேண்டும்.

நெத்திலி – அதில் கரு நெத்திலி சிறப்பானது. முரல், அயிலை, ஓலைவாளைக் கருவாடுகள் சந்தைக்கு வரும். கத்திரிப்பிஞ்சு

அல்லது வாழைக்காய் அல்லது மஞ்சள் பூசணி போட்ட நெத்திலிக் கருவாட்டுக் குழம்புக்கு இன்றும் நாக்கு துடிக்கிறது. புளித்த பழஞ்சிக்கு சுட்ட அயிலைக்கருவாடு தோதானது.

உப்புத்துண்டம் என்றால் மஞ்சள் பாரை, கட்டா, நெய்மீன், கறுத்த வாவல் வாங்குகள். சுமார் பன்னிரண்டு வயதில் இருந்தே எங்கள் குடும்பத்துக்கு மீனோ, கருவாடோ, உப்புத்துண்டமோ வாங்கப் பழகிக்கொண்டேன்.

பொதுவாகத் தமிழ்நாட்டில் 'உப்புக் கண்டம்' என்று சொல்வது உப்புத் தோய்த்துக் காயப்போட்ட ஆட்டிறைச்சி அல்லது மான், மிளா இறைச்சிகளை. நாஞ்சில் நாட்டில் அதைக் 'கொடி இறைச்சி' என்றனர். மலையும் மலை சார்ந்த கிராமங்களில் மட்டுமே அது சாத்தியமாக இருந்தது. வேட்டையாடுதல் சாத்தியமாக இருந்ததனால். இன்று அந்தப் பழக்கம் எங்கும் இருப்பதாகத் தெரியவில்லை.

மூன்று வேளையும் சோறு, தண்ணீர் விட்ட சோறு, பழையது அல்லது சுடுகஞ்சி, உளுந்தங்கஞ்சி என்றுதான் உணவுகள். அரிசி மாவு சார்ந்த கொழுக்கட்டை, புட்டு, இட்டிலி, தோசை, உப்புமா, ஆப்பம், அவலை நனைத்துக் கொவர்த்து தேங்காய் துகையல் போட்டோ போடாமலோ தாளிதம் அல்லது தேங்காய் திருவிப் போட்டு கருப்பட்டி சீவிப்போட்டு விரவுதல் போன்ற பலகாரங்கள் எப்போதாவது. ஆனால் இன்று காலைப் பலகாரத்துக்கு அட்டவணைகள் உண்டு.

சமைத்த அரிசியைப் 'பத்து' என்றனர். வயற்காட்டையும் 'பத்து' என்றனர். 'பத்துந் தண்ணியும்' என்பது இரவில் இலகுவான உணவாக இருந்தது.

மாமிசம் தின்னும் விருப்பம் மக்கள் தொகை அடிப்படையில் இப்போது மிகவும் அதிகமாகி இருக்கிறது. வாங்கும் சக்தி இல்லையே தவிர, உண்ணும் விருப்பம் இருக்கிறது. நியமங்களை இன்று பெண்கள் மாத்திரமே கடைப்பிடித்து வருகிறார்கள். உளுந்தஞ் சோறு கூட அரிதாகி வருகிறது. பண்டைய முறைகள் பலவாறாக இன்று மாறி வருகின்றன. பச்சரிசி மாவும் தேங்காயும் கருப்பட்டியும் சார்ந்தே இனிப்புப் பலகாரங்களும் எண்ணெய் பலகாரங்களும் சுடப்பட்டது போக, இன்று தொன்மையான பணியாரங்கள் பல மறக்கப்பட்டுவிட்டன. கருப்புக்கட்டிக் காப்பிகள் போடும் வீடுகள் உண்டா என்று இப்போது தேடித்தான் பிடிக்க வேண்டும். உளுந்தங்களியும் கருப்பட்டித் தோசையும் வெந்தயக் காடியும் மாம்பழக் காடியும் சினை இட்டிலியும் இலைப் பணியாரமும் புட்டமுதும் மாவுருண்டையும் சக்கை வரட்டியும் இன்று இல்லாத பக்குவ முறைகள் ஆகிவிட்டன. திருக்கார்த்திகைக்குத் தெரளியும்

இலைப்பணியாரமும் அன்றெல்லாம் அவிக்காத வீடுகள் இல்லை. இன்னும் கொஞ்சம் நாளில் முந்திரிக்கொத்தும் சுசியனும் கழியடைக்காயும் கொக்கட்டானும் பொரிவிளங்காயும் பொரி உருண்டையும் காணாமற் போகும். மனகாவலம் இருக்காது. கைமுறுக்கு சுற்றத் தெரிந்த பெண்கள் இருக்க மாட்டார்கள். ரசவடைகூட அருகிப் போகும். எல்லாம் அச்சில் வார்த்த பலகாரங்களாகிவிடும்.

ஒவ்வொரு தலைமுறைப் பெண்களும் தங்கள் பங்குக்கு சில இழந்து வருகிறார்கள். சில இழப்பதும் சில பெறுவதும் நிகழாதன அல்ல. எனினும் இழப்பவை எவை என்றும் பெறுவன எவை என்றும் போதம் இருத்தல் வேண்டும். கணக்குப் பார்க்கும் போது பெறாமலேயே இழந்துகொண்டிருப்பதுவே அதிகம் என்றாகிறது. கிராமங்களில் இன்றெவரும் கொடுப்பைக்கீரை பறித்துவந்து, ஆய்ந்து, அரிந்து துவரன் வைப்பதில்லை. முருங்கைக் கீரை உருவ மாய்ச்சல் படுகிறார்கள். அரைக்கீரை ஆய்வது 'சோலாந்தரம்' ஆக இருக்கிறது. அகத்திக்கீரை இல்லை, ஆலங்கீரை இல்லை, பசலிக்கீரை இல்லை, குப்பைக்கீரை இல்லை, சிறுகீரை இல்லை. மாறாகப் பெற்றுக் கொண்டது முட்டைக்கோசு துவரன், காரட் – பீன்ஸ் துவரன். வெந்தாலும் வேகாவிட்டாலும் தின்னலாம். பங்களூர் அல்லது ஊட்டி பச்சைப் பட்டாணி கிலோ நாற்பதே ரூபாய்தான். வடசேரி கனகமூலம் சந்தையிலும், தாலியறுத் தான் சந்தையிலும் டர்னிப், பீட்ரூட், நூல்கோல், சௌசௌ, முள்ளங்கி, காலிஃப்ளவர் வரத்து உண்டு.

தேங்காய் எண்ணெய் சமையல் என்பது விலை கட்டுப்படி ஆகாமல் கடலை எண்ணெய் சமையலாகிவிட்டது.

முன்பெல்லாம் வெள்ளாளர் வீட்டு திருமண அடியந்திரத்துக்கு சமைக்க பிராம்மண வைப்புக்காரர்கள் வந்தனர். வடிவீசுவரம் வெங்கிடி, சீனி ஐயர், அப்பு ஐயர் பேர் கேட்டவர்கள். இன்று அரிசி வைப்புக் குழுக்கள் எல்லாம் வெள்ளாளர்களே. தாழக்குடி எனும் ஊரில் மாத்திரம் வைப்புக்காரர்கள் தனித்தனிக் குழுக்களாக பத்துப் பதினைந்து உண்டு. பதக்கு அரிசி முதல் பன்னிரண்டு செம்பு வரை பொங்கிப் பொரிப்பது அவர்களுக்குப் பிரச்னை இல்லை.

எனது மூத்த மருமகள் கல்யாணத்தில் எட்டுச் செம்பு அரிசி வைப்பு பிரமாதமாக இருந்தது. எனக்கு அப்போது அவியலுக்கும் எரிசேரிக்கும் புளிசேரிக்கும் அலந்து போன பம்பாய் வாழ்க்கை. நன்றாக சாப்பிட்ட சந்தோஷத்தில் வைப்புகாரர்களை ஏற்பாடு செய்த தாழக்குடியைச் சார்ந்த எனது அத்தானைக் கேட்டேன். ஒரு வைப்புக்காரனின் திறன் அவன் வைக்கும் அவியல், எரிசேரி, பிரதமனில் முகம் காட்டும். நேரில் பாராட்டத் தோன்றியது. "பேரா

இங்க வா" என்றார் அத்தான், வைப்புக்காரரைப் பார்த்து. "என்ன போத்தியோ!" என்று வந்தான் முப்பது வயது இளைஞன். எனது வாழ்த்துக்களைச் சொன்னேன். அவர் போனபிறகு அத்தான் சொன்னார், "பேரன் ஆரு தெரியுமா? நாசுவனாக்கும்!" என பெருமிதம் தொனிக்க. எனக்குத் தோன்றியது, கலைஞனின் காலில் விழுந்து கிடக்கிறது சமூகம், சாதி பற்றிய பொருட்டற்று என்று.

ஏழெட்டு அடியந்திரங்களுக்குக் கூடமாட நின்று ஓடியாடிய அனுபவம் உண்டெனக்கு. பல்லாண்டுகளுக்கு முன்பு வைப்புக்கார சீனி ஐயரிடம் கேட்டேன், "சாமி, பிராம்மணாளுக்கும் பொங்கிப் பொரிக்கியோ, வெள்ளாளனுக்கும் அரிசி வைக்கியோ! என்ன வித்தியாசம் சாமி?"

"பெரிய வித்தியாசம் ஒண்ணுமில்லே. அவாளுக்கு கொஞ்சம் வழவழா கொழகொழான்னு நெகிழ்ச்சியா இருக்கும். உப்பு உறப்பு புளி கொஞ்சம் மிதமாப் போடுவேன். உங்க ஆளுகளுக்கு கொஞ்சம் முனைப்பா இருக்கும். ஏறக்குறைய இருந்தாலும், அவா, என்னவே இப்பிடிச் செஞ்சு புட்டீர்னு மனத்தாங்கல் பட்டுண்டு சாப்பிட்டுட்டுப் போயிருவா . . . ஒங்க ஆளுகளுக்கு அவியல். எரிசேரி, புளிசேரி, பிரதமன் வாச்சுப் போச்சுண்ணா, அரைக்கோட்டை விதைப்பாடு வேணும்ணாலும் எழுதித் தருவா . . . கொஞ்சம் அங்கிண இங்கிண சாஞ்சிட்டுண்ணா தர்ம சாத்து சாத்திப் போடுவா . . . அதும் கடுக்கரை, தேரூர், தெங்கம்புதூர், மைலா டிண்ணா கேக்காண்டாம் . . ."

'உக்காந்து திண்ணு ஆயிரத்தை அரையே மாகாணி ஆக்கியவன்' என்றும் 'மொச்சக்கொட்டை தீயலும் சாளைப்புளிமொளகும் வச்சுச் சண்ணுனான்' என்றும் தின்று கெட்டவனுக்கு வசை உண்டு. கிராமத்துக்கு ஒரு 'கூட்டவியலு', 'துப்பு வாளை', 'அடைப் பாயசம்' பட்டப்பெயருடன் மனிதர்கள் உண்டு.

1917இல் 'மருமக்கள் வழி மான்மியம்' நூலில் கவிமணி தேசிக விநாயகம்பிள்ளை தெளிவாகக் கேட்டிருக்கிறார்.

அவியல் பொரியல் துவையல் தீயல்
பச்சடி தொவரன் கிச்சடி சட்டினி
சாம்பார் கூட்டுத் தயிர்ப்புளி சேரி
சேனை ஏத்தன் சேர்த்தெரி சேரி
பருப்பு பப்படம் பாயசம் பிரதமன்
பழமிவை யோடு படைப்புப் போட
எத்தனை நாளைக் கெங்களால் ஏலும்?
அரசனும் கூட ஆண்டியா வானே!

ஒரு காலத்தில் நாஞ்சில்நாடு பூரா அரசர்கள் வாழ்ந்திருக்க வேண்டும் என்பது இன்றைய ஆண்டிகளைக் கணக்கிட்டால் தெரியவரும்.

நாட்டு வைத்தியமும் கைவைத்தியமும் கூட இதே கதியில் தான் இருக்கிறது. கடுமையான வயிற்றுவலிக்கு முருங்கைப் பட்டையை, கீரையை இடித்துப் பிழிந்து சாறெடுத்துக் குடிப்பது என்பது இப்போது பழக்கத்தில் இல்லை.

உரை மருந்து என்பது என்னவென்றே இன்று யாருக்கும் தெரியாது. குழந்தைகளுக்கு ஒன்றிரண்டு வயது ஆகும்வரை, குழந்தையைக் குளிப்பாட்டி, வேங்கைச் சாந்து பொட்டு வைத்து, மூடிவைத்திருக்கும் நார்ப்பெட்டியிலிருந்து எடுக்கும் நாட்டு மூலிகைப் பொடியை உச்சந்தலையில் வைத்து அரக்கி, மருந்து வேர்களை எடுத்து சாணையில் வைத்து உரைத்து உள்நாக்கில் தட வினார்கள். அதிமதுரக் கட்டையின் நடுவே அடித்து இறுக்கப்பட்ட தங்கக் கம்பியும் சேர்த்துதான் உரைபட்டது. அவற்றால் குழந்தைகளுக்கு கபக்கட்டு, கக்குவான் இருமல்கள் கட்டுப்பட்டன. டான் சில்ஸ் தொந்தரவுகள் வருவதில்லை. கோபாலன் ஆசான் கடையில் அன்று உரை மருந்துகள் கிடைத்தன. இன்றும் கிடைக்கலாம்.

நாஞ்சில் நாட்டு வெள்ளாளர் வாழ்க்கை

எந்தக் குழந்தைக்கும் மாந்தத்துக்கோ மாக்கரைத்தது போல் பேதி போகிறது என்பதற்கோ இஞ்சியும் பூண்டும் சதைத்துச் சாறெடுத்துப் புகட்டுவது என்பது இன்று இல்லை. எல்லாம் குப்பிகளில் அடைத்து, லேபிள்கள் ஒட்டப்பட்டு, அளவுக் கரண்டிகளுடன் வரும் மருந்துகள் ஆகிவிட்டன.

வேட்டைக்குப் போய் உடும்பு பிடித்து வந்தபோது, உடும்பின் ரத்தத்தில் வெள்ளைத் துணியை நனைத்து உலரவைத்து, அதில் திரி திரித்து, ஆமணக்கு எண்ணெய் ஊற்றி விளக்கு எரித்து, அந்தப் புகைக்கரியை புதுமண் சட்டியில் பிடித்துச் சுரண்டி, ஆமணக்கு எண்ணெயில் குழைத்து கண்ணுக்கு மை எழுதுவார்கள் என்று சொல்லக் கேட்டிருக்கிறேன்.

வீடு கட்ட வேங்கை மரத்தில் பணி செய்யும்போது சீவுச் சுருள்களைத் தண்ணீரில் ஊற வைத்து, கரும்பச்சையும் நீலமுமாக வரும் அடர் திரவம் செய்து, சூரிய வெப்பத்தில் குறுக்கி, தேங்காய்ச் சிரட்டையின் ஆண் மூடியில் சாந்து சேர்த்துக் குழந்தைகளுக்குப் பொட்டு வைத்தார்கள். சுமார் முப்பத்தைந்து ஆண்டுகளுக்கு முன்னால் கூட்டிய சாந்தின் ஒரு கிண்ணம் என் வீட்டில் இன்னும் இருக்கிறது.

கண்ணின் சிவப்புக்குப் பீய்ச்ச பிள்ளத் தாய்ச்சிகளிடம் இன்று பால்வளம் இல்லை. கடுமையான தலைவலிக்கு யானைப்பல் உரைத்துப்போட ஆளில்லை.

பெண்கள் அணியும் நகைகளில் பாம்படத்தை இனிமேல் அருங்காட்சியகத்தில் காணலாம். சமீபத்தில் நான் படித்த, பாம்படம் பற்றிய ஆய்வுக்கட்டுரையில், வெள்ளாளப் பெண்கள் பாம்படம் அணிந்து வாழ்ந்ததும் பின்பு வடித்த காதுகளை அறுவை சிகிச்சை செய்து ஒட்ட வைத்ததும் கம்மல் போட ஆரம்பித்ததுமான தகவல்கள் இல்லை. அம்மையைப் பெற்ற, அப்பனைப் பெற்ற ஆத்தாள் கிழவிகள் இறந்துபோனபின், பேத்திகளுக்கிடையில் பாம்பட உரிமை பற்றிய சண்டைகள் இன்று இல்லை. வெள்ளாடிச்சிகள், சாம்பாத்திகள், மறத்திகள், நாடாத்திகள் அனைவரும் காதுவடித்துப் பாம்படம் தொங்கத் திரிவது அன்று சாதாரணக் காட்சி. எல்லோரும் கண்டாங்கி உடுத்தனர், யாரும் ஜெம்பர் போட்டுக் கொள்ளவில்லை.

அட்டியலும் காசுமாலையும் அவல்மாலையும் திருக்குப் பூவும் சித்துருவும் கடயங்களும் பாம்படமும் இன்று புழங்கும் ஆபரணங்கள் பட்டியலில் இல்லை. பதினாறு முழக் கண்டாங்கிகளின் காலம் ஓய்ந்துகொண்டிருக்கிறது.

மரபு வழியிலான பெயர்கள்கூட மாறிவிட்டன. நாஞ்சில் நாட்டு வெள்ளாளர் முன்பு அணிந்திருந்த ஆண்பால் பெயர்களைச்

சேகரித்தால் அவை – பரமார்த்தலிங்கம், சொல்விளங்கும்பெருமாள், மதுசூதனப்பெருமாள், குற்றாலிங்கம், பொய்சொல்லாமெய்யன், அகத்தியலிங்கம், பூதலிங்கம், சாஸ்தாங்குட்டி, காக்கும்பெருமாள், சிதம்பரதாணு, ஔவையார், மயிலேறும்பெருமாள், மாடசாமி, தாணுமாலையன், முத்துக்கருப்பன், முத்து இருளப்பன், மங்கப்பெருமாள், சிவனணைந்தபெருமாள், குலசேகரப்பெருமாள், முத்தையா, நாகலிங்கம், ஆறுமுகப்பெருமாள், கந்தையா, சுப்பையா, செல்லையா, கனகசபாபதி, திருவாழிமார்பன், தென்கரைமுத்து, நெல்லையப்பன், மாலையப்பன், அப்பன், தென்கரை மகராஜன், மாராயக் குட்டி, பகவதியப்பன், தவசி, ராமசாமி, தெய்வு, இராமையா, பொன்னையா, புலமுத்து, சுடலையாண்டி, கண்ணு, திரவியம், அருணாசலம், சிவமால், நல்லபெருமாள், வன்னியப் பெருமாள், பரதேசி, குற்றாலம், பறவைக்கரசு, சேத்திரபாலன் எனும் வரிசையில் போகும்.

பெண்பால் பெயர்கள் – பகவதியம்மாள், பார்வதிப்பிள்ளை, நீலாப்பிள்ளை, மாடிப்பிள்ளை, முத்தம்மாள், மாத்தம்மாள், ஔவையார், நாகம்மாள், சிதம்பரவடிவு, சித்திரவடிவு, செண்பகவடிவு, ஈஸ்வரவடிவு, அருணாசலவடிவு, செல்லம்மை, தங்கம்மை, மீனாட்சி, ஆவுடையம்மாள், காந்திமதி, பெருமாப்பிள்ளை, வள்ளியம்மை, பேச்சியம்மை, காளியம்மை, மனோன்மணி எனும் ரீதியில் இருக்கும்.

ஆனால் இன்று ஆண்பாலர் – சுரேஷ், ரமேஷ், சதீஷ், கணேஷ், ஜெகதீஸ், சேகர், சந்திரன், கண்ணன், காந்தி, ரவி, குமார், என்று பொதுப்பெயர்கள் அணிந்து கொள்கிறார்கள். பெண்பாலர் – கீதா, சங்கீதா, சித்ரா, சியாமளா, நிர்மலா, சுகந்தி, சுசீலா, ஜெயா, விஜயா என்று பெயரணிந்து கொள்கிறார்கள்.

இவை எல்லாம் நாஞ்சில் நாட்டு வெள்ளாளர் தமக்கேயான தனியான மாற்றங்கள் என்று கொள்ள இயலாது. என்றாலும் வேர்களைப் புறக்கணித்தல், மரபை இழத்தல் எனும் வகையில் மற்ற எல்லா வகுப்பினரையும் போலவே இவர்களும் சுயம் மறந்து வருகிறார்கள்.

வெற்றிலைப் பாக்குப் போடுதல் ஒரு வழக்கமாக இருந்தது. முன்பு எல்லா வெள்ளாள வீடுகளிலும் அவரவர் தரம் பொறுத்து வெள்ளியில், பித்தளையில், ஓலையில் வெற்றிலைச் செல்லங்கள், வெற்றிலைத் தட்டங்கள் இருந்தன. தெருத்தெருவாக ஈத்தாமொழி வெற்றிலைக்கட்டுகள் விற்பனைக்கு வந்தன. கோறைப்பாக்கு, பழுக்காப் பாக்கு, வறட்டுப் பாக்கு, சாயப்பாக்குகள் வந்தன. வடசேரிச் சந்தையில் அல்லது கோட்டாறு கம்போளத்திலிருந்து யாழ்ப்பாணப் புகையிலை அல்லது அங்குவிலாஸ் தடைப்புகையிலை அல்லது கருப்பட்டிப் புகையிலை வாங்கிவந்தனர். வடக்கன்

புகையிலை எனும் வகையொன்றும் வந்தது. பிறப்பு முதல் இறப்புவரை எந்த விசேடமானாலும் வெற்றிலைத் தட்டம் நிறைந்திருக்கும். விசேட வீடுகளில் சாயப்பாக்குத் துண்டு வைத்து மடித்த மூன்று வெற்றிலைகள் வழங்குவது இன்றியமையாதது. 'உன்னை வெத்திலை பாக்குவச்சு அழைச்சாளா?' என்பதோர் இளக்கார மொழி.

இன்று வெற்றிலை பாக்கு மெல்லும் பழக்கமும் புகையிலை போடும் பழக்கமும் வெகுவாகக் குறைந்து போய்விட்டன. கிராமங்களில் வெற்றிலைப் பாக்குப் போடுவோர் அருகிவிட்டனர். எனவே கல்யாணவீடுகளில் கூட வெற்றிலை மடித்து வழங்கும் தாம்பாளங்கள் காணக்கிடைப்பதில்லை.

'வேளாளன் என்பான் விருந்திருக்க உண்ணாதான்' என்று பழமொழி உண்டு.

'இருந்தோம்பி இல்வாழ்வதெல்லாம் விருந்தோம்பி வேளாண்மை செய்தற் பொருட்டு' என்பது குறள்.

நாஞ்சில் நாட்டு வெள்ளாளப் பெண்கள் இதை உணர்ந்து வாழ்ந்தனர். மத்தியானம் மூன்று மணிக்குப் போனாலும் இரவு ஒன்பது மணிக்குப் போனாலும் உணவு ஒரு பிரச்சினை இல்லை. அண்டை அசல் வீடுகளிலிருந்து உதவிக்கு என எப்போதும் நீளும் கரங்கள் உண்டு. பக்கத்து ஊரில் வாழ்ந்திருக்கும் மதனி – சம்மந்தி, அக்கா – தங்கச்சி வீடுகளுக்கு தூக்குவாளியில் உளுந்தஞ் சோறு, பாயசம் என கொடுத்துவிட்டதுகூட உண்டு.

ஆனால் இன்று 'கொள்வார் இலாமையால் கொடுப்பாரும் இல்லை மாதோ' என்ற கம்பர் கண்ட ராம ராஜ்யமாகிவிட்டது. முன்பு 'நாட்கருது' கொள்ளும்போது வயலுக்கு வந்தவர்க்கு எல்லாம் கதிர் கொடுத்தான் வெள்ளாளன். அறுத்த வயலில் கதிர் கொடுத்தான். அறுத்தடிப்புக் களத்தில் பொலி அளந்து முடிந்ததும் தானம் கேட்டு வந்தவர்க்கு சுளகிலும் கையிலும் நெல் அள்ளிப் போட்டான். விதைக்கும் வயலிலும் விதைத்தது போக மிஞ்சியதைத் தானம் போட்டான். பெண்கள், கிடைக்காது நின்றவரைக் கூப்பிட்டுக் கொடுத்தனர்.

இன்று வரப்பிலும் நெல் வளர்க்க முடியாதா என யோசிக்கிறான்.

நாஞ்சில் நாட்டு மொழி

நாஞ்சில் நாட்டு வெள்ளாளருக்கான பிரத்யேகமானதோர் மொழி புழக்கத்தில் இருந்தது. தமிழ்நாட்டில் இன்றும் வேறெங்கும் புழக்கத்தில் இல்லாத சுத்த தமிழ்ச் சொற்கள் – நேராய் புறநானூற் றிலிருந்து இறங்கி வந்தவை போன்றவை – புழக்கத்தில் இருந்தன. ஒரு பெரிய வட்டார வழக்குச் சொல்லகராதி தொகுக்கும் அளவுக்குக் கணிசமான சிறப்புச் சொற்கள். விவசாயம் சம்பந்தமான சொற்கள் ஏராளம். மண்வெட்டியின் பாகங்களுக்கே – படம், படங்கு, தரங்கு, சுற்றுப்பூண், கை, வேப்பந்தாங்கி என ஆறேழு சொற்கள் உண்டு.

அடங்கல், அடவோலை, கரம் தீர்வை, கைச்சாத்து, கதிர், அரி, படை, கட்டு, சூடு, வட்டம், படப்பு, பொலி, மேனி, மரக்கால், கொத்து, நல்லப்பம், பாட்டம் – நாஞ்சில் மொழிக்

கடலின் ஒரு துமி. மொழிக் கிணற்றைத் தூர் வாங்குபவர்கள் சற்று யோசித்துப் பார்க்கலாம்.

மலையாளத்தின் வேர்ச்சொற்கள் பல இன்றும் நாஞ்சில் நாட்டில் புழக்கத்தில் இருப்பவை. இளநீருக்கு நாஞ்சில் தமிழில் இடமில்லை. அங்கு அது 'கருக்கு'. தமிழ்ப் புலவர்கள் பலர் என்னிடம் 'அது மலையாளம் அல்லவா?' எனக் கேட்டிருக் கிறார்கள், பலர் இன்னும் நாஞ்சில் தமிழை மலையாளம் என நம்பிக்கொண்டிருக்கிறார்கள். அரிவாளிலேயே – வெட்டரிவாள், வீச்சரிவாள், கொடுக்கரிவாள், பன்னரிவாள், கருக்கருவாள், அறுப்பரிவாள், பறட்டை அரிவாள் என இனங்கள்.

எழுதிக்காட்டினால் எதிர்மறையான பொருள் தரக்கூடிய, தொனியில் மட்டுமே பிரித்தறியக்கூடிய வழக்குகள் அனந்தம். சின்னதோர் திரிபில் உள்ளர்த்தம் ஒடுங்கிக் கிடக்கும். இளக்காரம், கேலி, அறம், நகை, சலிப்பு, கசப்பு, குன்னாளி, குதூலம், நளி, நொர்நாட்டியம் எல்லாம் உட்பொதிந்ததோர் விசேடமான வழக்கு.

ஒரு நண்பர் என்னிடம் கேட்டார் – 'தமிழ்சினிமா உங்க ஊருக்கு வந்தால், உங்க மொழியிலே டப்பிங் செய்வாங்களா?' என்று. பழமொழி ஒன்றுண்டு – 'கருவாடு வாசனைக்குப் பழகிப் போனவனுக்கு பிச்சிப்பூ வாசனை கெட்ட நாற்றமாக இருக்கும்' என்று. நாஞ்சில் மொழிக்குச் சுளிக்கும் முகங்களை நான் ஏராளம் கண்டிருக்கிறேன்.

எந்த மொழியும் புத்தம்புதிய, கருக்கழியாத, செம்புப்பானை போல் இருப்பதில்லை. தூரில் கரி பிடிக்கும், கழுத்துச் சவளும், விலா நசுங்கும், நிறம் மங்கும், கறைபிடிக்கும், காரை சேரும். காலம் தனது பதிவுகளைச் செய்யும். பழையன கழியும் புதியன புகும். ஆனால் நாஞ்சில் மொழிக்கு நேர்ந்துகொண்டிருக்கும் கதி துயரமும் சோர்வும் தருவது.

தமிழ் சினிமாவின், தமிழ் பருவ இதழ்களின், செய்தித் தாட்களின் படையெடுப்புக்கள் காரணமாக – அவை கஜினி முகம்மது கோரி முகம்மதுக்களின் படையெடுப்புக்களுக்குக் கலாச்சார ரீதியில் என்றும் தாழ்ந்தவை அல்ல – நாஞ்சில் நாட்டுத் தமிழின் தனித்தன்மை நாள்தோறும் அழிந்து வருகிறது. எந்தச் சாமானையும் யாரும் கொண்டு இப்போது 'கடைக்கே' வைப்பதில்லை. 'பத்துந் தண்ணியும்' குடிப்பதைவிட்டு இப்போது பழைய சோறு சாப்பிடுகிறார்கள். கிழவிகள் கூடச் 'சலம்பு'வதில்லை. நயினார், நாச்சியார் போன்ற சொற்கள் வழக்கொழிந்ததற்கு சமூகக் காரணங்கள் உண்டு. ஆனால் அப்பனைப் பெற்ற 'ஆத்தா'வும் 'போத்தி'யும் ஏன் மறைந்தார்கள் என்று தெரியவில்லை. அவர்கள் ஆச்சியும் பாட்டாவுமாக மாறினார்களா இல்லை பாட்டி, தாத்தாவாக மறுபடியும் பிறந்தார்களா என்று தெரியவில்லை.

நாஞ்சில் நாட்டு வெள்ளாளர்களின் 'நொம்பலம்' இப்போது வலியாகி விட்டது. 'குறுக்கு' முதுகாகிவிட்டது. தாலமும் தட்டமும் 'பிளேட்' ஆகிவிட்டன. செம்பும் கும்பாவும் கெண்டியும் மறைந்து மோட்சம் அடைந்தன. செம்பு, பித்தளை, வெண்கல, வெள்ளோட்டுப் பாத்திரங்களின் இடத்தைத் துருப்பிடிக்காத இரும்பு, பிளாஸ்டிக் பாத்திரங்கள் அபகரித்துக்கொண்டன.

ஏழுமரக்கால் அரிசி வேகும் செம்பும் பாயசம் வைக்கும் வெண்கல உருளியும் பழைய விலைக்குக் கடைக்குப் போவதைப் போல, வாராவாரம் தூக்கி வைத்து விளக்க முடியவில்லை என்பதால் மார்பளவு நிற்கும் பித்தளைத் திருவிளக்குகள் மூலைக்கோ பரணுக்கோ போவதைப் போல – பழஞ்சொற்களை வீசிவிட்டு சினிமாவில் வரும் காகிதமலர், பிளாஸ்டிக் மலர் கொத்துக்களைச் சூடிக்கொள்கிறார்கள். கிராமத்து மணமும் மண்வாசனையும் மொழியிலிருந்து காரம் போட்டு துவைத்து அலசி தூம்பா மடையில் கவிழ்க்கப்பட்டு நகரத்துக் கஞ்சி முக்கி, நீலம் முக்கி, கறை நீக்கி முக்கி, மடித்து அடுக்கப்பட்டு வருகின்றன. சினிமாக் கதாநாயக – கெட்ட வார்த்தை அனுமதிக்கப் படுமானால், அதிக வன்மமில்லாமல் – வெங்கப்பயல் வெறும் பயல் – கொச்சைகள், வாய் நாற்றமும் கண்ணைக் கரிக்கச் செய்யும் நிறங்களும் காது சுளிக்கும் இரைச்சலும் கொண்டு கிராமத்துத் தெருக்களில் சுழன்று சுழன்று வீசி புழுதி பரத்துகின்றன.

சமீபத்தில், "நம்பிரான் விளையாட்டுக்கு ஊருக்குப் போன யாலே?" என்று தம்பி மகனிடம் கேட்டால். "ஆமா பெரியப்பா, கோயில்லே கஞ்சியும் குறுமாவும் சூப்பரா இருந்து" என்றான். கூட்டுக்கறி என்பது குறுமாவாக அவனுக்குத் தெரிவதன் சமூகக்கொடுமையை நான் என்னவென்று சொல்ல?

மரத்தினால் ஆன ஏனங்கள் புழக்கத்தில் இருந்தன, மரவை எனும் பெயரில். ஏனங்கள் அழிந்துபோனபோது மரவையும் அழிந்துபோனது. இனி அவை திரும்பி வருவதற்கு எந்த உத்திர வாதமும் இல்லை. அதுபோல காணாமற்போன மட்பாண்டங்கள் – பரந்த சட்டி, பானை, கலயம், தோண்டி, சோத்துப்பானை, கறிச்சட்டி, மீன்சட்டி, குடம், குலுக்கை எனும் பெயர்களில். செங்கோட்டை அடுப்பு என்ற நவீனம் வருமுன் கொடி அடுப்புடன் கூடிய மண் அடுப்புகள், இடுக்கன்சட்டி, அகல் முதலியன.

உலோக ஏனங்களுக்குத் தீட்டு இல்லை என்பதால் அவை இன்னும் வேறு உலோக வடிவங்களிலேனும் வாழ்கின்றன போலும். தீட்டு உடைய மண் மர ஏனங்கள் மறைந்தனபோலும். கிணற்றில் தண்ணீர் கோரும் பனையோலை, பனைநார் பட்டைகள், பனையோலைக் கடவம், சுளவு, கொட்டான், நார்ப்பெட்டி, சாயப்பெட்டி, அரிவட்டி, பரிமாறும் சிரட்டைத்

தவி . . . வெள்ளம் தட்டுப்பாடுள்ள காலங்களில் ஆற்றிலிருந்து, குளத்திலிருந்து, கால்வாயிலிருந்து இருவர் குனிந்தும் நிமிர்ந்தும் தண்ணீர் இறைக்கும் 'இறைவட்டி' என பல உபகரணங்கள் பயன்பாடற்றுப் போனதால் அவற்றின் காரண, இடுகுறிப் பெயர்களும் மாய்ந்து போய்க் கொண்டிருக்கின்றன.

திரிக்க திருவை, அரைக்க அம்மி, ஆட்ட ஆட்டுரல், இடிக்க உரல், குந்தாணி, கடைய மத்து – கீரை மத்து, தயிர் மத்து, பூண் கட்டிய உலக்கைகள், பூண் கட்டாத உலக்கைகள், ரசம் குழம்பு வைக்க மாக்கல் சட்டிகள், மரத்தில் குங்குமச் செப்பு . . . அரைக்க, பொடிக்க, ஆட்ட, இடிக்க, கடைய, பிழிய என எல்லாவற்றுக்குமான சர்வ உபயோக 'மிக்ஸி' வந்தபிறகு நாட்டு உபகரணங்களும் இல்லை. அவற்றின் பெயர் குறிக்கும் சொற்களும் இல்லை.

இன்று பல்முளைக்கும் பருவத்துப் பாலர்க்கு என கடிக்க சிந்தடிக் வளையங்கள் விற்கின்றன. அன்று பற்களை, ஈறுகளை, நாக்கைக் காயப்படுத்தாத மரக்கொக்கட்டான்கள் கிடந்தன வீட்டுக்கு வீடு. நடைவண்டிகள், தொட்டில்கள், ஊஞ்சல் இருந்தன. தொட்டில் இன்றும் இருக்கிறது. இன்று ஒரு வீட்டிலும் உப்பு மரவை இல்லை. மோர் ஊற்றிப் பிசைந்து பழையது சாப்பிட வட்ட மரவை இல்லை. பழையது குடிப்பது அபூர்வமாக, எல்லோரும் 'டிப்பன்' சாப்பிடுகிறார்கள். செயல்கள், பயன்படு பொருட்கள் வழக்கிழக்கும் போது அவை சார்ந்த மொழியும் வழக்கிழந்து போகும்.

'சாவுரு' என்றதோர் சொல் பொருட் செறிந்ததாய் பழக்கத்தில் இருந்தது. ஆவணங்களை, பத்திரங்களைப் படி எடுத்தல் அல்லது நகல் எடுத்தலைப் 'பகர்ப்பு' என்று சொன்னார்கள். பொங்கிப் பொரிக்கும் அடியந்திர வீடுகளில் இருந்து, பந்தியில் வந்து உட்கார்ந்து சாப்பிட்டுப் போக முடியாத வயோதிகர், விதவைகள், சமைந்த குமருகளுக்கு சோறுகறி கொடுத்து அனுப்பியதை 'பகர்ச்சை' என்றனர். இன்று 'பகர்ச்சை'ப் பழக்கம் மாய்ந்து விட்டது. சொல்லும் மாய்ந்து போகும். இவற்றை எல்லாம் மலையாளம் என்று வெகு எளிதாக ஒதுக்கி விடலாம். நாஞ் சில் நாட்டானே பலவற்றை சாகக் கொடுத்த பின்பு யாருக்கு என்ன நட்டம்?

மொழி ஆராய்ச்சி செய்பவர்களுக்கு மேலும் சில குறிப்புகள் தரலாம் – முறிவு, முன்கூர், உடன்படி, கடற்புறம், சார்த்து . . .

கடைந்த மோரில் வெண்ணெய் எடுப்பதல்ல மொழியாராய்ச்சி என்பது.

விடைமுகம்

நான் இதுவரை கூறி வந்த தளர்வு, வீழ்ச்சி, திரிபு எல்லாம் நாஞ்சில் நாட்டு வெள்ளாளருக்கு மட்டும்தானா என்றொரு கேள்வி என் முன்னால் வழிமறித்துக் கிடக்கிறது. பண்பாடு, தொழில், இறைக் கொள்கை போன்ற விஷயங்கள் எல்லா வகுப்பினரிடையேயும் வெகுவாக மாறி வருகின்றன. ஆனால் பொருளாதார வீழ்ச்சி என்பதை நாஞ்சில் நாட்டு வெள்ளாளரிடம் மட்டும்தான் காண்கிறேன். மற்ற பிரிவினரான நாடார், செட்டியார், கவுண்டர், தேவர், நாயக்கர், முதலியார், கோனார், சாம்பவர் அனைவரிடமும் குறிப்பிடத்தகுந்த வளர்ச்சி தெரிகிறது. பிராம்மணர்கள் எந்தச் சூழலுக்கும் தங்களைப் பொருத்திக்கொண்டு வாழ்நிலையை ஸ்திரப்படுத்திக்கொள்கிறார்கள். ஆனால் நாஞ்சில் நாட்டு வெள்ளாளர் மட்டும் பழைய கர்வங்களை மட்டுமே இன்னும் சுமந்து திரிகிறார்கள்.

கடந்த காலம் இன்று அவர்களைக் கணக்குக் கேட்கிறது. எல்லா நாஞ்சில் நாட்டுக் கிராமங்களிலும் ஒருவகை அமைதியின்மை இளைஞர்களிடையே இருக்கிறது இன்று. அது புயலுக்குப் பிந்திய அமைதியா அல்லது புயலுக்கு முந்திய அமைதியா அல்லது புயலுக்கு எந்த சம்பந்தமும் இல்லாது தனக்கு இதுதான் விதிக்கப் பட்டது என்ற போதத்தின் கையாலாகாத அமைதியா?

பக்தி உணர்வு அவர்களிடம் திடீரென அதிகமாகி வருகிறது. இந்த திடீர் பக்தியின் அடிப்படைக் காரணங்களும் ஆராயப்பட வேண்டியவை. மேலும் பல இளைஞர்கள் இந்து சமய அடிப்படை வாதம் பக்கம் திரும்ப ஆரம்பித்துள்ளனர். அது எங்கு கொண்டு போய்ச் சேர்க்கும் என்பதும் எங்கு கொண்டுபோய்ச் சேர்த்தால் என்ன என்பதும் இரு அடிப்படை வேறுபட்ட கவலைகள்.

பாழடைந்து கிடந்த சுடலைமாடன்களும் பேச்சி அம்மன்களும் புதுமஞ்சணை அணிந்து முழித்து முழித்துப் பார்க்கிறார்கள். சிறு தெய்வக் கோயில்கள் எல்லாம் மறுபடி புதுப்பிக்கப்படுகின்றன. கொடைகளும் சிறப்புக்களும் தளரும் குடும்ப உறவுகளையும் சரியும் சாதிச் செருக்குகளையும் இறுக்கப்பார்த்துத் தோல்வி அடைகின்றன. ஒரு நடுநிலையாளன் இதிலெல்லாம் திருப்தி கொள்ள முடியாது. ஏனெனில் ஒரு நேரத்தில் அவர்களது இறை எதிர்ப்பு உணர்வை ஒரு சாரார் முதலெடுத்துக்கொண்டனர். இன்றைய இறை வளர்ப்பை மற்றொரு சாரார் முதலெடுத்துக் கொள்வார். ஏனெனில் அடிப்படை வாதத்தை மீட்டு வளர்ப்பதில்

சிலருக்கு ஆதாயம் இருக்கிறது. நாஞ்சில் நாட்டு வெள்ளாள இளைஞர்கள் ஆதாயம் தேடுவோரின் கருவியாகிப் போகும் அபாயமும் இருக்கிறது. ஏற்கனவே கருவியாகிப்போன வரலாறும் அவர்களுக்கு உண்டு.

தன்னம்பிக்கை அற்ற, நோக்கத் தெளிவற்ற அல்லது நோக்கமேயற்ற, முயற்சி அற்ற, கடும் உழைப்பு அற்ற, பழமையில் மரியாதையும் புதுமை எதுவென்ற பிரித்தறி ஆற்றலும் அற்ற இந்தச் சமூகம் நேற்றைச் சுமந்துகொண்டு நாளையை நோக்கி நகரப் பிரயத்தனப்படுகிறது. இந்தச் சமூகத்தின் மீது உண்மையான அக்கறை கொண்ட சிலருக்கு அது புலப்படுகிறது. ஆனால் வெகுசனத்துக்குப் புலப்பட வேண்டும்.

இழந்துபோன பழம்பெருமையான கோட்டைகளை மீண்டும் கைப்பற்றல் அவர்களுக்குச் சாத்தியம் என்றெனக்குத் தோன்ற வில்லை. ஆனால் வசதி வாய்ப்புகளோடு முன்னகரும் பிற சமூகங்களைப் போல முன்னகர்வது சாத்தியம்தான். சற்றுக் கடுமையாக உழைக்க வேண்டும். ஒரு வாசல் அடைத்துப் போனாலும் மற்றொரு வாசல் திறக்கும். திறந்தே தீரும் எனும் உறுதியும் நம்பிக்கையும் வேண்டும். எல்லா அர்த்தத்திலும் வாழ்வு என்பது போர். போர் என்றாலே சாவுதான் என சோம்பிக்கிடப்பதில் சுகமும் இல்லை. சுயமதிப்பும் இல்லை. மனித இனத்துக்கு வாழ்தல் என்பது முன்னகர்தல். அதற்கான வழிகளை அவர்கள் ஆலோசிக்க வேண்டும். வழி என்பது பிறர் காட்டுவதல்ல; தானே கண்டடைவது.

பின்னிணைப்பு

தலைகீழ் விகிதங்கள் (1977) என்னும் தம் முதல் நாவல் மூலம் மிகுந்த வரவேற்புடன் தமிழ்ப் படைப்புலகில் பிரபலமானவர் நாஞ்சில் நாடன். அதன் பின்னர் ஆறு நாவல்கள், ஐந்து சிறுகதைத் தொகுதிகள், ஒரு கவிதைத் தொகுதி வாயிலாகத் தனக்கென ஒரு படைப்பாளுமையைத் தேடிக்கொண்டவர்.

தம் இளமைப் பருவத்தைச் சொந்த குமரி மண்ணில் கழித்திருந்தாலும் பதினெட்டு நீண்ட ஆண்டுகள் மும்பையில் பணி புரிந்து, அதன்பின் இப்போது கோவையில் தங்கியிருக்கும்போது தன் இழந்துபோன கிராமிய வாழ்வையும் காலம் நிகழ்த்திய மாற்றத்தால் மீட்டெடுக்க முடியாத பாரம்பரிய வாழ்வையும் மிகச் சுதந்திரமாகப் பரிசீலனை செய்ததன் விளைவாக 'நாஞ்சில் நாட்டு வெள்ளாளர் வாழ்க்கை' என்னும் இந்நூல் நமக்குக் கிடைத்திருக்கிறது.

உண்மையில் நாஞ்சில் நாடன் தன் சமூகத்தின் கதையை அவருக்கே உரிய படைப்பாளுமையுடன் பதிவு செய்திருப்பார் என்றே இந்நூலை வாசிக்கத் தொடங்கும் யார் ஒருவருக்கும் தோன்றும். ஆனால் அதையும் தாண்டி ஒரு புதிய உயரத்தை இந்நூல் எட்டுகிறது.

பண்பாட்டியலில் 'பண்பாட்டைத் தொலைவிலிருந்து எழுதுதல்' என்பது தவிர்க்க முடியாத சூழலில் ஏற்றுக்கொள்ளும் ஒரு முறை. நாஞ்சில் நாடனோ தன் சொந்தப் பண்பாட்டைவிட்டு விலகி நீண்ட காலம் வடநாட்டில் பணிபுரிந்து திரும்பிய பின், இன்று சற்றுத் தூரத்தில் கோவையில் அமர்ந்துகொண்டு 'காலம் நிகழ்த்திய மாற்றங்கள்' என்ற கருத்தை மையமிட்டுத் தன் சமூகத்தின் நீண்ட, மரபான, மாறிவரும் வாழ்வைப் பதிவு செய்துள்ளார். தன் வாழ்நாள் முழுவதும் ஒரு சிறந்த படைப்பாளியாகவே பெயர் பெற்றுவிட்ட அவர் தன் இலக்கிய அணுகுமுறையிலிருந்து விலகி,

தன் சொந்தப் பண்பாட்டை முழுக்க முழுக்க எதார்த்தமான இனவரைவியல் (ethnography) விவரணையுடன் எழுதியிருக்கிறார். இதனால் இப் படைப்பு மூலம் நாஞ்சில் நாடன் படைப்பாளி என்ற தம் நீண்டகால அடையாளத்தை விடுத்து 'இனவரைவியலர்' என்ற ஒரு புதிய தளத்திற்குள் தடம் பதித்துள்ளார். நாஞ்சில் நாட்டு வெள்ளாளர் சாதியாரின் இனவரைவியலை நுட்பதிட்பத்துடன் விவரித்துள்ளார். ஒரு நல்ல இனவரைவியல் என்னும் தகுதியை இந்நூல் பெறுகிறது. மேலும், இந்த இனவரைவியலைப் புனைவு மொழிக்கு அருகிலுள்ள ஒரு நடையில் தந்திருப்பதன் மூலம் தமிழ் இனவரைவியலுக்கே ஒரு புதிய வடிவத்தைக் கொடுத்திருக்கிறார் எனலாம்.

மானிடவியலின் பரந்துபட்ட வாசிப்புப் பரப்பைக் கொண்டிருக்கும் எவரும் இத்தகு 'இலக்கிய இனவரைவியல் அணுகுமுறை' ஒரு மேலான, அரிதான, புதிய வடிவம் என்பதையும் இதன் முக்கியத்துவத்தையும் உணர்வர். பின்னை நவீனத்துவச் சூழலில் மரபான இனவரைவியல் புதிய புதிய வடிவங்களில் எழுதப்பெறல் வேண்டும் என்று உணர்த்தப்படும் இன்றைய நிலையில் தமிழில் இவ்வாறான ஒரு நூல் வந்திருப்பது இச்சிந்தனையை ஒட்டியதாக உள்ளது. ஒரு நாவலாசிரியர் நல்ல புதினம் எழுதலாம். ஒரு மானிடவியலர் நல்ல இனவரைவியல் எழுதலாம். ஆனால் நாஞ்சில் நாடன் மிகச் சிறந்த 'இலக்கிய இனவரைவியல்' எழுதியிருக்கிறார். இது தமிழுக்குப் புது வரவு மட்டுமின்றி, இலக்கியத்துக்கு ஒரு புதிய அணுகுமுறையும் இனவரைவியலுக்கு ஒரு புது வகைமையும் கொடுத்திருக்கிறது எனலாம்.

நாஞ்சில் நாடன் தமிழ்ச் சமூகத்தின் ஒரு ஆதி அமைப்பான தாய்வழிச் சமூக முறை (மருமக்கள் தாய்முறை) மாறிவருவதைப் பதிவு செய்திருக்கிறார். பழந்தமிழகத்தில் *தாய்வழித் தாயமுறை* இருந்ததைப் பதிற்றுப்பத்து கூறுகிறது. தாய்வழிச் சமூகத்தின் மிக இன்றியமையாத சில கூறுகள் சங்கப் பாடல்களில் பதிவாகியுள்ளன. இத்தகு சமூகங்களில் கணவன் முக்கிய உறவினராக மதிக்கப் பெறுவதில்லை; குழந்தைகளே முக்கியம். ஆகவே குழந்தைகளைக் கொண்டு தந்தையை அழைக்கும் சேய்வழி அழைத்தல் முறை (tecknonymy) அகநானூற்றில் 'ஐயை தந்தை' (அகம். 6), 'அகுதை தந்தை' (அகம். 96) எனப் பதிவாகியுள்ளன. மேலும் சில கூறுகள் இன்னும் சமூக நடைமுறையில் காணப்படுகின்றன. பிறக்கும் குழந்தைக்குக் கணவனின் பங்கும் முக்கியமானது என உணர்த்தும் கருத்தானது தாய்வழிச் சமூகத்தை ஆண்வழிச் சமூகமாக மாற்றும் காலகட்டத்தில் எழுந்த ஒன்றாகும். எனவே, பேறு காலத்தில் மனைவி படும் துன்பங்களைத் தானும் ஏற்று நடப்பதுபோல்

பாவனை வேதனை காட்டும் கணவன்மார்களின் நடத்தைமுறை பேறுகாலத் தனிமை *(couvade)* எனப்படும். இக்கூற்று, தமிழ்ச் சமூகத்தில் 'குறத்தி பிள்ளை பெற்றால் குறவன் மருந்து தின்பான்' என்னும் பழமொழி வழித் தெளிவாகின்றது. மேலும் தமிழகத்தில் இன்றும் பல சமூகங்களில் திருமணத்திற்குப் பின் இனச் சந்ததி தோற்றுவிப்பதற்கான முதல் நிகழ்வும் (சாந்தி முகூர்த்தம்), இனச் சந்ததி ஏற்படும் முதல் நிகழ்வும் (தலைப் பிரசவம்) மணப் பெண்ணின் தாயகத்தில் நடைபெறுவது தாய்வழிச் சமூகத்தின் எச்சக் கூறுகளாகும்.

இன்று தமிழகத்தில் தாய்வழிச் சமூகங்களின் எண்ணிக்கை மிகக் குறைவு. கோட்டைப் பிள்ளைமார், செவளைப் பிள்ளைமார், இல்லத்துப் பிள்ளைமார், நாங்குடி வேளாளர், நாஞ்சில் நாட்டு வேளாளர், அரும்புக்கட்டி வேளாளர், ஆம்பநேரி மறவர், காரண மறவர், ஆப்பநாடு கொண்டையம் கோட்டை மறவர், கிறித்துவ மறவர், செறுமர், அய்யனவர், செக்கலவர், கயலர், மரைக்காயர், இலங்கையில் முக்குவர், சோனகர், கிழக்குத் தமிழர்கள் ஆகியோர் குறிப்பிடத்தக்கவர்கள். இச்சமூகங்களில் குடிவழி மட்டுமே தாய்வழியில் இன்றும் பேணப்படுகிறது. சமூகத்தின் மற்ற மூன்று முக்கியக் கூறுகளான உறைவிட முறை, குடும்ப நிர்வாக முறை, சொத்துரிமையாவும் தந்தைவழிச் சமூக அமைப்புக்குரியனவாக மாறிவிட்டன. ஆக, மானிடவியல் நோக்கில் கூறுவதானால் தமிழகத்தின் தாய்வழிச் சமூகங்களில் நான்கில் மூன்று பங்கு பண்புகள் மறைந்துவிட்டன என்று கூறலாம். குடிவழியும் சில மிச்ச சொச்சப் பழக்கவழக்கங்களும் மட்டுமே தாய்வழி முறையினை நினைவுகூர்கின்றன.

இத்தகு தாய்வழிச் சமூகங்களைப் பற்றிய இனவரைவியல்கள் ஏதுமில்லாத நிலையில் நாஞ்சில் நாடனின் இந்நூல் மிகுந்த முக்கியத்துவம் பெறுகிறது. காலம் நிகழ்த்திய மாற்றத்தில் நாஞ்சில் நாட்டு வெள்ளாளர்களின் மரபான பண்பாட்டையும் மாறும் சூழலையும் நூலாசிரியர் மிகவும் தோய்ந்து எழுதியிருக்கிறார். ஒவ்வோர் இயலிலும் வெள்ளாளர் வாழ்வின் மிக நுட்பமான கருத்தாடல்கள் மிக நேர்த்தியாக எடுத்துரைக்கப்பட்டுள்ளன. எடுத்துக்காட்டாக, நாஞ்சில் வெள்ளாளர்களோடு நெல்லையி லிருந்து குடிபெயர்ந்த மக்கள்வழி வெள்ளாளரும் கலந்துவிட்ட நிலையில் மருமக்கள் வழியினரா மக்கள் வழியினரா என அறியும் சொல்லாடலில் 'அவலா, தோசையா?' என்ற குழூஉக் குறியே மருமக்கள் தாயப் பிரிவினரையும் மக்கள் வழிப் பிரிவினரையும் பிரித்தறிய உதவுகிறது. இதற்கான புலப்பெயர்வு, நிலவுடைமை ஆகிய பின்புலத்தை நாஞ்சில் நாடன் நன்றாக விவரித்துள்ளார் (பக். 27).

வெளியார் ஒருவர் வெள்ளாளர்களைப் பற்றி ஆராயுமிடத்து இத்தகைய நுட்பமான உரையாடல்வழி சமூகத் தரப் பிரிவுகளை வெளிப்படுத்த இயலுமா என்பது சந்தேகமே. இவ்வாறு பக்கத்திற்குப் பக்கம் எடுத்துக்கொண்ட இனவரைவியல் கூறுகள் அனைத்தையும் நுட்பதிட்பத்துடன் நாஞ்சில் நாடன் எடுத்துரைத்துள்ளார். பெண்களின் மாதவிடாய்க் காலத்துத் 'தனிப்புரை' முதல், பெண்கள் பெற்றுக் கிடக்க (பிரசவம்) 'சாய்ப்பு' அறை ஊடாக, கன்னிப் பருவத்தில் இறந்தோருக்குப் படைக்கும் 'கன்னிமூலை' வரையிலான விவரிப்பு முறையாக இருந்தாலும் சரி (பக். 31), திருமணத்திற்கு முன்பு குடிமகன் மணமகனுக்கு 'சர்வாங்க சவரம்' செய்து அவனது ஆணுறுப்பைப் பரிசோதிக்கும் முகாந்திரத்தை விவரிக்கும் முறையாக இருந்தாலும் சரி (பக். 23), தேவதாசி, கோயில் பிள்ளைகள் மேல்நோக்கியதோர் சமூகப் பெயர்வு அடைந்ததை விவரிக்கும் முறையாக இருந்தாலும் சரி (பக். 29), அனைத்து விவரிப்பு முறைகளுமே வட்டார வழக்குடன் மண்வாசம் மணக்க அனுபவித்து அனுபவித்து எழுதியதுபோல் இருக்கின்றன. வரலாற்று மொழியியல், கிளை மொழியியல் ஆய்வாளர்களுக்கும் இந்நூல் மிகுந்த தரவுகளைக் கொடுக்கக்கூடியதாக உள்ளது.

இந்நூல் வட்டார நாவல் என்னும் தன்மையுடனும் அடர்த்தி யான விவரிப்புடன் கூடிய இனவரைவியல் நேர்த்தியுடனும் எழுதப்பட்டிருப்பதால் பண்பாட்டியலருக்கு ஒரு வட்டார மொழிச் சமூகத்தின் தனிவரைவு நூலாகவும் இலக்கியவாதிகளுக்கு ஒரு மாறுபட்ட படைப்பெழுத்தாகவும் விளங்குகிறது.

ஒருவர் அவர்தம் சொந்தப் பண்பாட்டை நோக்கும்போதும் எடுத்துரைக்கும்போதும் பண்பாட்டுக் குருட்டுத்தன்மை ஏற்படும் என்ற ஒரு கருத்து இனவரைவியலர்களிடையே இருந்தாலும், சொந்தப் பண்பாட்டினர் அடர்த்தியான, இன்னும் சொல்லப்போனால் வெளியார் அறிய இயலாத மிக நுட்பமான சொல்லாடல்களை, விவரணையைக் கொடுக்க முடியும் என்பதை நாஞ்சில் நாடன் நிரூபித்துள்ளார். இனவரைவியலில் சொந்தப் பண்பாட்டினரின் அகவய அணுகுமுறை எவ்வளவு முக்கியம் என்பதையும் இந்நூல்வழி உறுதிப்படுத்த முடிகிறது.

இந்நூலுக்கு நூலாசிரியரின் ஆசிரியர் எழுதியுள்ள முன்னுரை யானது இயல்களின் பொழிப்புரையாக அமைந்துள்ளதால் அது நூலின் பரிமாணத்தை முக்கியத்துவப்படுத்தி வாசகனின் மனதில் அதனைப் பதிவு செய்யவில்லை. இந்த நல்ல நூலுக்குச் சிறந்த முன்னுரை இருந்திருக்குமானால் இதன் முக்கியத்துவம் மேலும் வெளிப்பட்டிருக்கும்.

பண்பாட்டியலைப் பொறுத்தவரை வட தமிழகத்தைக் காட்டிலும் தென் தமிழகம் பண்பாட்டளவில் மிகுதியும் பாதிப்புக் குள்ளாகாத பகுதி என்பதால், மாறிவரும் சூழலில் தாய்வழிச் சமூகம் குறித்து அறிய விழையும் என் போன்ற வாசகர்களுக்கு இந்நூல் ஒரு முதுசொம்.

●

(முனைவர் பக்தவத்சல பாரதி, 'பண்பாட்டு மானிடவியல்', 'தமிழர் மானிடவியல்' முதலான நூல்களின் ஆசிரியர். புதுவை மொழியியல் பண்பாட்டு ஆராய்ச்சி நிறுவனத்தின் மானிடவியல் துறை முதுநிலை விரிவுரையாளர்)

காலச்சுவடு இதழ் 66, ஜூன் 2005

பார்த்த நூல்கள்

1. நாஞ்சில் நாட்டு மருமக்கள் வழி மான்மியம் – கவிமணி தேசிகவிநாயகம் பிள்ளை
2. சேரர் தாயமுறை – சோமசுந்தர பாரதியார்
3. வேளாளர் நாகரீகம் – மறைமலை அடிகள்
4. குமரி மாவட்ட வரலாறு – முனைவர்.அ.கா.பெருமாள்
5. *The Sucindram Temple – Dr. K.K. Pillai*
6. தியாகி சிவன் பிள்ளை 80 சிறப்புமலர்
7. நாஞ்சில் நாடு – *Dr.* தே. வேலப்பன்
8. தோல்பாவைக் கூத்து – *Dr.* அ.கா. பெருமாள்

எதிர்நாட்களில் பார்க்க விரும்பும் நூல்கள்

1. நாஞ்சில் வெண்பா
2. தாழக்குடி சரிதம் – ஆர். பத்மநாபபிள்ளை
3. பி.எஸ். மணி மணிவிழா மலர்
4. முதலியார் ஓலைச்சுவடுகள்
5. *Travancore State Manual – T.K. Velu Pillai*
6. *Travancore State Manual – Nagammaiah*
7. *Vellala History – Ph.D. Thesis.*
8. சேரநாடும் செந்தமிழும் – வித்வான் செ. சதாசிவம்
9. ஆரைவாய்மொழி வரலாறு – ஆர். பத்மநாப பிள்ளை

நாஞ்சில் நாடனின் பிற நூல்கள்

தலைகீழ் விகிதங்கள்

(தமிழ் கிளாசிக் நாவல்)

ரூ. 390

மனிதனின் அக வேட்கைக்கும் யதார்த் தத்துக்குமான இடைவெளிகளை சமன் செய்வதே வாழ்வின் சவால். 70களில் கிராமப்புற பட்டதாரி இளைஞர்கள் உறவுகள் சார்ந்தும் நிலம் சார்ந்தும் எழுந்த நிர்பந்தங்களுக்கு தமது சுயத்தை இழக்க நேரிட்டது. ஆனால் இன்றைய கணினியுக இளைஞர்கள் தனி அடையாளங்களை இழந்து பொது அடையாளங்களுக்குள் தங்களது இருப்பை பத்திரப்படுத்திக்கொள்கின்றனர். 'தலைகீழ் விகிதங்கள்' நாவலை இன்று படிக்கும்போது நேற்றைய தலை முறையினரின் அகப் போராட்டங்களின் வழியாக, இன்றைய இளைஞர்களின் மனச்சிக்கல்களை நம்மால் அக்கறையுடன் அனுசரணையுடன் புரிந்துகொள்ள முடிகிறது. கூடவே, நவீன வாழ்வின் அபத்தங்களையும் அதன் இலக்கறியா பயணங்களையும்.

சாலப்பரிந்து . . .

(தமிழ் கிளாசிக் சிறுகதைகள்)

தொ—ர்: **மோகனரங்கன்**

ரூ. 290

நாஞ்சில்நாடனின் கதை என்பது கண்ணால் கண்ட காட்சியையோ காதால் கேட்ட செய்தியையோ மனதால் விரித்துகொண்ட கற்பனையையோ மாத்திரம் நம்பி எழுதப்பட்ட புனைவு அல்ல. மாறாக அவருடைய கதைகளின் சாராம்சத்தில் உள்ளுறைந்திருப்பது தொன்மையான ஒரு நிலமும், அதன் மொழியும் அவற்றின் தொகை விரிவான பண்பாட்டு செழுமையும் ஆகும். பின்னைப் புதுமையை தாவிப் பற்றும் நாட்டத்தால் உயிர்ப்பான மரபினின்றும் தன் வேர்களை துண்டித்துக் கொண்டு விடாத தன்மையால், காருண்யத்தை நீதியுணர்வை விழுமியங்களை வற்புறுத்தும் வகைமையால் தனித்து நிற்பவை இவரது கதைகள். நாஞ்சிலின் நாற்பது வருடத்துக்கு மேலான எழுத்து வாழ்வின் தடத்தை பிரதிநிதித்துவப்படுத்தும் இத்தொகுப்பில் அவருடைய ஆகச் சிறந்த கதைகள் இடம்பெற்றுள்ளன.

மோகனரங்கன்